दृश्य नसलेल्या दृश्यात

दृश्य नसलेल्या दृश्यात

दिनकर मनवर

पॉप्युलर प्रकाशन, मुंबई

दृश्य नसलेल्या दृश्यात
(म -१२२०)
पॉप्युलर प्रकाशन
ISBN 978-81-7185-504-9

DRUSHYA NASALELYA DRUSHYAT
(Marathi : Poetry)
Dinkar Manwar

पहिली आवृत्ती : २०१४/१९३५
पुनर्मुद्रण : २०१८/१९४०
दुसरे पुनर्मुद्रण : २०२२/१९४४

मुखपृष्ठ : सतीश भावसार

प्रकाशक
अस्मिता मोहिते
पॉप्युलर प्रकाशन प्रा. लि.
३०१, महालक्ष्मी चेंबर्स
२२, भुलाभाई देसाई रोड
मुंबई ४०० ०२६

अक्षरजुळणी
प्रियांका आर्ट्स
४, अब्दुल सत्तार चाळ
फितवाला रोड
मुंबई ४०० ०१३

दृश्यात नसलेल्या
सगळ्यांना...

सबसे खूबसुरत है वह समुद्र
जिसे अब तक देखा नहीं हमने
सबसे खूबसुरत बच्चा
अब तक बडा नहीं हुआ
सबसे खूबसुरत हैं वे दिन
जिन्हें अब तक जिआ नहीं हमने
सबसे खूबसुरत हैं वे बातें
जो अभी कही जानी हैं

– नाज़िम हिकमत

ऋण :
वसंत आबाजी डहाके, प्रभा गणोरकर
रवींद्र किंबहुने, चंद्रकान्त पाटील
प्रभाकर बागले, दा. गो. काळे

अनुक्रमणिका

कालौघात अदृश्य झालेल्या पुरातन दृश्यात...

कालौघात अदृश्य झालेल्या एका पुरातन दृश्यात
एक राजपुत्र पाहतोय एका मृत माणसाचा देह
तो पाहतोय एक माणूस रोगानं व्याधिग्रस्त झालेला
तो पाहतोय एक जराजर्जर झालेला माणूस
काठीच्या आधारानं रस्ता ओलांडताना
तो पाहतोय सगळं चराचर दुःखानं व्यापून गेलेलं

तो तडक या दृश्यातून बाहेर पडतो
अन् शिरतोय अशा एका दृश्यात
ज्यातून त्याला या परंपरागत दुःखातून
बाहेर पडण्याची वाट सापडणारायं

नित्यनेमानं पाहतोय आपणही आपल्या उघड्या डोळ्यांनी कितीतरी दृश्यं
आपण पाहतो आपल्यासमोर कितीदा तरी माणसांचा खात्मा होताना
कितीदा तरी एकमेकांचे गळे कापतांना
आपण पाहतोय कितीदा तरी माणसं एकमेकांच्या जिवावर उठताना

आपल्याला या दृश्यातून अजूनही
बाहेर पडता येत नाहीये
आणि या अपूर्ण वर्तमानाचं दृश्य तर संपता संपत नाहीये
कधी होईल सुटका आपली
या परंपरागत दुःखाच्या दृश्यातून?

आणखी काही दिवसांनी

आणखी काही दिवसांनी
या पावसाळ्यात कशीबशी भरलेली नदी
जी वाहत असते आपल्यामधून
ती आणखीच आटत जाईल

आणखी काही दिवसांपूर्वी
नदीच्या पात्रात खोदलेली विहीर
जी असते तळाशी तग धरून
काही दिवस आणखी
आणखीच कोरडीठण्ण होऊन जाईल
आणखी काही वर्षांपासून
एका बापाच्या मनात
आणखीच आटत चाललेली नदी
आणखीच सुकत जाईल

आणि आणखी एका लहानशा मुलीला
प्रत्यक्षात दाखवायची आहे नदी
त्या नदीच्या असण्याचं निव्वळ
दृश्यच उरलेलं असेल नदीच्या जागेवर

आणखी काही दिवसांनी
मुलगी मोठी होईल तेव्हा
नदीच्या पात्रात पाण्याऐवजी
पाण्याचं दृश्यच तरारून आलेलं असेल तिच्या डोळ्यांत
आणखी काही दिवसांनी...

आणखी काही दिवसांनी या दृश्यातून

आणखी काही दिवसांनी या दृश्यातून
ही हिरवळ ही हिरवी गर्द पानांची सळसळ
ही जमिनीच्या उरातून तरारून आलेली तृणाची मखमल
ही पाण्यानं तुडुंब भरलेली जागोजागची तळी
ही डोंगरपठारावर चरत असलेली गाईबकऱ्यांची लगबग हालचाल
ही ओणव्या होऊन निंदणखुरपण करणाऱ्या बायांची संथ चलबिचल
आणखी काही दिवस अशीच सुरू राहील या दृश्यात...

आणि एका सहज माणसाच्या मनात दडून असलेली उदासी
आणखी काही दिवस अशीच खोल दडून राहील
आणखी काही दिवसांनी या दृश्यातून
आणखी एक दृश्य उगवून येईल

उजाड झालेली रानं भणंग झालेली शेतं
आटलेली तळी पानगळ झालेली झाडं
एका पाठोपाठ येऊन आपापली जागा घेतील

आणखी काही दिवसांनी पुन्हा एकदा
एका सहज माणसाच्या मनातून उदासी उचंबळून येईल

आणि आणखी काही दिवसांनी
एका सहज माणसाची पावलं
कोरड्याठण्ण विहिरीच्या दृश्याकडे चालू लागतील...

अर्थात हे दृश्य दिसायच्या आधीच्या दृश्यात

अर्थात हे दृश्य दिसायच्या आधीच्या दृश्यात
एक गोष्ट सुरू झालेली आहे...

या सुरू असलेल्या गोष्टीत तरारून आलेल्या
मनाच्या कोपऱ्यात एक अतृप्त माणूस
डोक्याखाली हात घेऊन अर्धवट झोपलेला आहे
आणि त्याच्या मनात एक पूर्ण दृश्य उमलत आहे

या उमलत असलेल्या दृश्यात तो करतोय
मनाची मशागत आणि त्याच्या फाटक्या खिशातून
अतृप्त सुख ओसंडून वाहत आहे
या सुरू असलेल्या गोष्टीतल्या पुढच्या दृश्यात
अतृप्त माणूस मनाच्या मधोमध उभा राहून
नांगरणी करून पाहतो आहे वाट पावसाची
त्याला माहीत नाहीये की
या सुरू असलेल्या गोष्टीच्या पुढच्या दृश्यात
तो संपूर्ण ताकदीनं उभा राहूनही सुखाचं बी
पुन्हा नव्यानं रुजवू शकेल की नाही

या आधीच्या दृश्यात सुरू असलेल्या या गोष्टीला
पुढच्या दृश्यातही शेवट असण्याची शक्यता नसल्यानं
ही गोष्ट अशीच सुरू राहणाराय पुढच्या दृश्यातही

कदाचित या अतृप्त माणसाऐवजी दुसरा माणूस असेल फार्तर

दृश्य नसलेल्या दृश्यात

या दृश्यातल्या एका दृश्यात
एक अतृप्त माणूस
जमिनीवर निव्वळ बसलेला आहे
नि त्याच्याजवळ काहीच नाहीये

या दृश्यातल्या एका दुसऱ्या दृश्यात
दुसरा अतृप्त माणूस
चटईवर बसलेला आहे
आणि त्याच्याजवळ थोडंसं सुख
दरवळत आहे

या दृश्यातल्या एका तिसऱ्या दृश्यात
तिसरा अतृप्त माणूस
खाटेवर निवांतपणे बसून
पोटावरून हात फिरवीत आहे
आणि त्याच्या सभोवती
सुख ओसंडून वाहत आहे

या दृश्यात नसलेला एक अतृप्त माणूस
दृश्य नसलेल्या दृश्यात
कित्येक दिवसांपासून उभा आहे
नि त्याला बसायला जागाच नाहीये

तो वाट पाहतोय कित्येक दिवसांपासून
जमिनीवर बसलेला अतृप्त माणूस
दुसऱ्या दृश्यात उठून जाण्याची

एक दृश्य सारखं सारखं...

जीवन आणि मृत्यूदरम्यानच्या दृश्यात
एक दृश्य सारखं सारखं करकरत राहतं

करकरणाऱ्या या करुण दृश्यात एक जर्जर बाप
भिर्कावल्यासारखा पडून आहे
करकरणाऱ्या खाटेवर अस्ताव्यस्त खोकत
आणि या दृश्यातली घरघर संपता संपत नाही

बाप आठवू पाहतोय मुलाला खांद्यावर
फिरवून आणल्याचं जत्रेतलं दृश्य
किंवा हातात हात घेऊन फिरवून आणलेली जत्रा
आकाशपाळण्यातून बसवून
वर उंचावरून दाखवलेलं निळसर आकाश

अचानक मुलाच्या मनातही उंचबळून येतं
एक करुण दृश्य ज्यात तो असाच
जीवन आणि मृत्यूदरम्यानच्या दृश्यात
शेवटची घटका मोजतोय
आणि या दृश्यात त्याला कुठंच दिसून येत नाही
खांद्यावर बसवून फिरवून आणलेला त्याचा मुलगा

संपून गेलेल्या एका दृश्यात

संपून गेलेल्या एका दृश्यात एक गाव होतं गावासारखं गावात एक घर होतं घरासारख्या घरात एक माय होती एक बाप होता भाऊ बहीण होते मित्र होते काही ओळखीची जुनी जाणती माणसं होती
एक पिंपळ होता घराच्या पाठीमागं उभा आधारासाठी कडुनिंबाचं झाड होतं अंगणात सावलीसाठी कडू कारल्याची वेल पसरली होती मांडवावर एक नदी होती डुंबायला सगळ्यांना मनसोक्त दिवसभर

एक खोल डोह होता त्यात सात आसरा असण्याची एक भीती होती चिंचेच्या झाडावर अदृश्य भूत होत अंगणाच्या आत अंगण होतं सगळ्यांना आधार होता मातीच्या भिंतीचा कोनाडे होते गळकं छत होतं कौलाचं
पोखरून गेलेले वासे होते काही
दगडाचं जातं होतं एक पाटा होता एक वरवंटा एक कुदळ होती फावडं होतं
गहाण ठेवून ज्वारी आणण्यापुरतं दुष्काळात पितळीचा कोपर होता तांब्याचा गडवा होता गंजलेला संदूक होता विळा कुऱ्हाड होती बोथट झालेली

गोदडी होती गरम काळा चहा पिण्यासाठी परात होती तुटकी खाट होती थकून आल्यावर पाठ टेकण्यासाठी एक शाळा होती पारावरची हुंदडायला डोंगर होते तुडवायला जंगल होतं काटेरी दाट आमराई होती बोरी बाभळी होत्या आणि गावातून बाहेर पडण्यासाठी एक नागमोडी पायवाटही होती कुरणातून अदृश्य होत जाणारी

आणि ज्या गावातून चालत आलो होतो पायी त्या गावात आता आपल्याला कुणीच ओळखणारं उरलेलं नव्हतं ते घर राहिलं नव्हतं की पिंपळ किंवा कडुनिंब सगळं कालौघात गडप झालेलं नि आपण तर गावाची नाळ केव्हाच तोडून टाकली होती बेंबीच्या देठापासून
नि आता कितीही परतायचं म्हटलं गावाकडं तरी सगळे रस्तेच कापून टाकले गेलेयेत कधीचेच या दृश्यातही...

एक कवी जेव्हा एकटाच असतो

एक कवी जेव्हा एकटाच असतो एकाकी
तेव्हा त्याच्यासमोर एक दृश्य असतं

एक मुलगी आपली पंक्चर सायकल ढकलत असते
एक शेतकरी पावसाची वाट पाहत असतो
एका माणसाला रक्ताची नितांत गरज असते
एक आई हरवलेल्या मुलाच्या आठवणीत दारात बसलेली असते
एक प्रवासी स्टेशनात ट्रेनची वाट पाहत ताटकळत असतो
एक पक्षी रस्ता हरवून भटकत असतो आकाशात

कवी जेव्हा कविता लिहिण्याच्या दृश्यात शिरतो
तेव्हा सायकलीच्या चाकात सहज हवा शिरते
शेतातली पिकं तरारून येतात सहज
माणूस खडबडीत बरा होऊन हॉस्पिटलमधून डिस्चार्ज घेतो
स्टेशनात ट्रेन येऊन उभी असते प्रवाशाची वाट पाहत सहज
हरवलेला मुलगाही आईच्या कुशीत सहज पहुडलेला असतो
पक्षाला झाडही गवसलेलं असतं सहजच आपलं

मात्र या दृश्यात कवी हरवण्याची दाट शक्यता असते
त्याला शब्दच सापडत नाहीत पहिल्या दृश्यात सहज परतून येण्यासाठी

पडद्याआडच्या एका दृश्यात

पडद्याआडच्या एका दृश्यात एक कवी राहतो
त्याला खरं तर कुणीच ओळखत नाही
त्याला माहितंय की या दृश्याबाहेरच्या दृश्यात
कवी या शब्दाला फारसा अर्थ उरलेला नाहीये

तरीही कवी जपून ठेवतो काळजात खोलवर
एक एक शब्द एक एक अक्षर त्याच्या उच्चारासकट
काना मात्रा उकार वेलांट्या आणि अनुस्वार देखील

कवीला अजूनही विश्वास आहे की
शब्द मरणार नाहीत थंडीनं किंवा प्रखर उन्हानं
ते शाबूत राहतील झाडात मातीत पाण्यात हवेत
आणि एवढं करूनही शब्द मेलेच तर
ते तर असतीलच शाबूत त्याच्या हाडात सदैव

जेव्हा शब्दांची गरज पडेल अवर्षणात
तेव्हा कवी सरळ उठून बाहेर येईल या पडद्यामागच्या दृश्यातून
नि जाईल परतून त्यांच्याकडे ज्यांना गरज असेल शब्दांची नितांत

कवीचं परतून येणं म्हणजे निव्वळ परतणं नसेलच मुळात
कवी परतून येईल जसं
तहान लागल्यावर ओठांजवळ आपसूक येतं पाणी

अजूनही बरंच काही बाकी आहे

अजूनही बरंच काही बाकी आहे या दृश्यात...

जसं की अजूनही मुलं खेळत आहेत मैदानावर
जसं की घरं बांधण्यासाठी जमीन बाकी आहे सगळीकडे
जसं की रात्र सरली की दिवस उगवतोच दररोज
जसं की भूक लागल्यावर मिळतंच हरेकाला पाणी
जसं की माणसात अजूनही करुणा बाकी आहे
जसं की झाडं बाकी आहेत सावलीसकट त्यांच्या
जसं की पाणी बाकी आहे पृथ्वीवर अजूनही अंतापर्यंत
जसं की उसात साखर बाकी आहे
जसं की मीठ बाकी आहे समुद्रात
जसं की ही पृथ्वी बाकी आहे चंद्र सूर्य बाकी आहेत
जसं की तारे बाकी आहेत आकाश बाकी आहे

अजूनही बरंच काही बाकी आहे या दृश्यात
जसं की माणसं बाकी आहेत पशू पक्षी बाकी आहेत
जंगलं बाकी आहेत फुलपाखरांसाठी फुलं बाकी आहेत
जसं की अजूनही संवादासाठी भाषा बाकी आहे

किती चांगली गोष्ट आहे ही की या दृश्यात
अजूनही कविता बाकी आहे

पोर्ट्रेट

पाण्या
पाठ करू नकोस माझ्याकडे
नजरेच्या टप्प्यात रहा माझ्या
खळखळ करू नकोस की सळसळ
नि:शब्द रहा
अगदी थोडंही हलू नकोस

उतरू दे मला तुझ्या आत खोलवर
ऐकू दे तुझा आवाज एकदाचा
स्पर्श करू दे या आतुरलेल्या हातांना
चाटू दे तुझे पाय माझ्या जिभेला
तुझ्या काळजात काय काय दडवून ठेवलंय
त्याचाही अदमास घेऊ दे एकदाचा

पाण्या
माझ्या मायबापा
थांब थोडा वेळ माझ्यासाठी
मला तुझं पोर्ट्रेट काढायचं आहे

पाणी कसं अस्तं

पाणी हा शब्द
मला कसाही उच्चरण्याची मुभा नाहीये
मी ऐकू शकत नाही पाण्याचा आवाज
की चालून जाऊ शकत नाही पाण्याच्या पायरीवरून

पाणी कसं अस्तं आकाशासारखं निळंशार
किंवा अंगठा छाटल्यावर उडालेल्या
रक्ताच्या चिळकांडीसारखं लालसर
पाणी कसं अस्तं स्वच्छ पातळ की निर्मळ?

काळं असावं पाणी कदाचित
पाथरवटानं फोडलेल्या फाडीसारखं राकट काळं
किंवा आदिवासी पोरीच्या स्तनांसारखं जांभळं
किंवा पाणी हिरवं नसेल कशावरून?
(पाणी कसं अस्तं हे मला अजूनही कळू दिलेलं नाहीये)

जे तुंबवून ठेवलेलं अस्तं तळ्यात ते पाणी अस्तं?
पोहऱ्यानं पाणी उपसून घेतलं तर विहिरीतलं पाणी विटतं?
पाणी धारदार वाहतं झुळझुळतं मंजुळ गाणं गातं ते पाणी अस्तं?
गढूळ, सडकं, दूषित, शेवाळलेलं, गटारीतलं, मोरीतलं
या पाण्यावरचे निर्बंध अजूनही उठविले गेले नाहीत काय?
पाणी ढगातून बरसतं तेच फक्त पाणी अस्तं?
नि दंगली घडवतं ते पाणी नस्तं?

पाणी पावसातून गळतं जमिनीवर
बर्फ वितळल्यावर पसरतं पठारांवर
नदीला पूर आल्यावर वेढून घेतं गावं

धरण फुटल्यावर पांगापांग करतं माण्सांची
ते पण पाणी पाणीच अस्तं?

पाणी स्पृश्य अस्तं की अस्पृश्य ?
पाणी अगोदर जन्माला आलं की ब्रह्म ?
पाणी ब्राह्मण अस्तं की क्षत्रिय की वैश्य
पाणी शूद्र अस्तं की अतिशूद्र
पाणी निव्वळ पाणीच असू शकत नाही का
या वर्तमानात?

आणि पाणी वरचं खालचं झालं केव्हापास्नं
की कुणाच्या हात लावण्यानं ते कसं काय बाटतं ?
पाणी नदीतलं, नाल्यातलं, ओढ्यातलं, विहिरीतलं
पाणी तळ्यातलं, धरणातलं, सरोवरातलं, समुद्रातलं
पाणी ढगातलं, माठातलं, पेल्यातलं, डोळ्यातलं
हे पाणी कुणाच्या मालकीचं अस्तं?

पाणी नारळात येतं
छातीच्या बरगड्यात साचतं
फुप्फुसातून पू होऊन स्रवतं
पोटात पाण्याचा गोळा होऊन राहतं
ईश्वराचा कोणता देवदूत हे पाणी न चुकता सोडत अस्तो?

पाणी पारा अस्तं की कापूर ?
जे चिमटीत पकडता येत नाही
नि घरंगळून जात राहतं सारखं
किंवा कापरासारखं जळून जातं झर्कऽऽन

पाणी हा शब्द फक्त एकदाच मला उच्चारू द्या
निव्वळ पाण्यासारखाच

विशेषणं

निळं काळं सावळं
लालभडक हिरवट पांढरंशुभ्र
झुळझुळ खळखळ धारधार वाहतं
वाहतं तुंबलेलं साचलेलं कोंडलेलं

गढूळ सडकं दूषित शेवाळी घाणेरडं
वरचं खालचं हलकं नीच कुजकं
शुद्ध स्वच्छ पातळ पवित्र निर्मळ
कडू गोड खारट आंबट
थंड गरम कडक कोमट

यांसारखी विशेषणं
पाण्याला कुणीही लावू शकतात

अगदी झाडं ढग पहाड गाय म्हैस कुत्रा मांजर
किंवा घाणीतलं डुक्कर सुद्धा

पण बाटलं हे
असं एकच विशेषण आहे की
ज्याचा निव्वळ हात लागला पाण्याला
तरी आपसूकच बाटल्या जातं पाणी

व्याकरण

पाणी ऱ्हस्व असत नाही की दीर्घही
किंवा पाण्याला लावता येत नाही उकार
अनुस्वार लावूनही बदलता येत नाही
पाण्याचा उच्चार कुणालाही

पाण्याच्या पुढं कुणी दिला कितीही पूर्णविराम
तरी थांबत नाही पाण्याचा प्रवाह
कंसाच्या बंधनात फार काळ अडवून
तुंबवून ठेवता येत नाही पाणी
पाण्याला प्रश्नचिन्ह लावूनही
कुणी शंका घेऊ शकत नाही
पाण्याच्या अंत:करणाविषयी

त्याला आकारच नस्तो मुळात
तो निराकारही राहत नाही
ओंजळीत घेतल्यावर
त्याला कशातही साठवता येत नाही
अगदी तहानेच्या पोटात
किंवा अश्रूच्या पापण्यांतही

ते पडतं तेव्हा विचारून पडत नाही
की कुणाचं शेत आहे किंवा घर आहे म्हणून
ते शिरतं तेव्हा नावगाव विचारत नाही बाराखडीला कधीही

तहान लागली की पाणी भेद करीत नाही
तू स्वर आहेस की व्यंजन आहेस म्हणून
भूक लागल्यावर पाणी वेढून टाकतं

नदीकाठच्या ओळींना
तरीही पाणी लहान अक्षरांना
कागदी होड्या सोडू देतं
मोठ्या वाक्यांनाही नावेतून
पार करू देतं नदीचा पार

पाण्याला कितीही समानार्थी शब्द वापरले तरी
त्याची जात कोणती
हे ठरवता आलेलं नाहीये अद्याप भाषेलाही

किंवा पाण्याला कुणी
कितीही बांध घालतो म्हटलं व्याकरणाचे
तरीही ते झिरपतच जाईल
शेवटच्या मुळाक्षरांपर्यंत

सूक्त

हे महाकारुणिक पाण्या
तुझी कृपादृष्टी राहू दे निरंतर आम्हा पामरांवर

तू आईच्या स्तनातून स्रव
भागव आमच्या मुलांची भूक
तू ढगातून बरस
विझव आमच्या शेतांची तृष्णा

तू तळ्यातून वाफ होऊन ये
रिचव आमच्या विहिरीत
तू बांध तोडून वाहत ये
फुलव आमच्या जंगलांना

तू आमच्या अंगणात साचून रहा
साऱ्याच मुलांना सोडू दे अंगणात होड्या
तू नदीनाल्यात तुडुंब भरून जा
गाईगुरांची भागव तहान

तू सगळ्या झाडांच्या पानापानांतून
साठवून रहा सदैव
तू कुणाला नाही म्हणू नकोस
की नाव गाव विचारू नकोस कुणालाही

तू मुलांत किंवा गाईगुरांत भेद करू नकोस
तू शेताला शेत समज आणि जंगलांना जंगल
तू धो धो कोसळ प्रपातासारखा
नि गू घाण चिखल वाहून ने आमच्यातून

व्यवस्था

त्याच्या आडांत पाणी सळसळतंय बघा
बघा त्याच्या मांड्यांत पाणी उसळतंय
त्याच्या मनगटात तळपतंय बघा पाणी
त्याच्या शरीरातच पाणी खळखळतंय बघा

ते केव्हा पेट घेईल सांगता येत नाही
अगोदर थोपवा बघू ते पाणी
बांध घाला त्या पाण्याला
नाहीतर पार खरडून नेईल बघा ही जमीन

त्या माण्साला असं मोकळं सोडू नका एकटं
नाहीतर उत्पात करून जाळून टाकेल
ही खांडववन जाळल्यासारखी सम्दी पृथ्वी
असं कधी अघटित घडणार म्हणून लिव्हलं नव्हतं बघा
कोणत्याही शास्त्रात

एखाद्या शास्त्रात किंवा पुराणात
यावर काही उपाय लिव्हले आहेत का बघा
प्रलय होणाराय हे माहिताय हो आम्हाला
पण माण्सातल्या पाण्यानं प्रलय होईल पृथ्वीवर

असं स्वप्नात देखील वाटलं नव्हतं आम्हाला
उकळत्या तेलाच्या कढईत तळा बघू त्याला चांगलं
नाहीतर एका कुंभात उकळा बघू त्याला
वाफ करून टाका बघू त्याच्यातल्या सळसळत्या पाण्याची

आकाशात जाऊन पाणी होऊन बरसायला
खूप वर्षं लागतील पाण्याला
तोवर ही घडी नीट बसवता येईल बघा विस्कटलेली

धर्म

पाण्याइतकं काहीच असत नाही निर्मळ कधीही
कनवाळूच असतं पाणी मुळात

पाण्याला डोळे असतात आरशाचे
त्याच्या आत तुम्ही जसे डोकवाल
तसा पाणी दाखवतं चेहरा तुमचा
ते ठेवत नाही कुणाचाही मुलाहिजा
कुणाच्या घराचं छप्पर आहे म्हणून
धो धो कोसळताना किंवा फुटून वर येताना
होऊ देत नाही वेदना जमिनीच्या कुशीला

त्याचं चुकूनही फिरवू नका डोकबिकं
नाहीतर ठिकाणावर राहत नाही संताप त्याचा
नि उत्पात घडतो मग त्सुनामीसारखा

पाण्याला माहीत असत नाही कधीच
कोणत्या स्टेशनावर डिरेल होणाराय गाडी
किंवा अमुकअमुक घाटावर बस ब्रेकडाऊन होणाराय म्हणून
आधीच पाठवता येत नाही मेसेज पाण्याला

पाणी अजूनही विचारत नाही कुणाला जातपात
त्याला एवढंच माहित अस्तं की
पाण्याशिवाय पेटू शकत नाही चूल देवाचीही

जेव्हा कुणी त्याच्या डोक्यात विष्ठा कालवतो
तेव्हा पाणी पाणी राहत नाही त्याचा जाळ होतो
नि मग जळून खाक होते वस्ती निष्पाप माणसांची

सार्वजनिक थोडंच राहिलं आहे...

ओंजळीत पाणी घेऊन भूक भागवावी असं पाणी
सार्वजनिक थोडंच राहिलं आहे आता कुठं
पाण्याचं खाजगीकरण होत चाललंय या ग्लोबल जगात

तीन चतुर्थांश पृथ्वी व्यापून असलेल्या पाण्यावर
हक्क सांगायला निघाले आहेत आता
सत्तेतील सगळेच लोक

आणि जमेल तसंतसे
पळवायला लागले आहेत
असहाय्य लोकांच्या तोंडाचं पाणी

ज्यांना ज्यांना म्हणून शक्य आहे त्यांनी
विहिरीतलं तळ्यातलं नदीतलं खोऱ्यातलं समुद्रातलं
एवढंच काय जमिनीच्या खालचं पाणीही
ताब्यात घेऊन कुंपणं घातलीयेत पाण्याला

आणि बसलेयत पहारा देत
डोळ्यांत तेल घालून अहोरात्र
सार्वजनिक थोडंच राहिलं आहे
आता कुठं पाणी

थेंबभर पाण्यासाठी

पाण्याला डोळाभरून
पाहूही दिल्या जात नाही
की दानधर्म म्हणून घोटभर पाणी
ओतल्याही जात नाही
दारावर येणाऱ्याच्या ओंजळीत

पुन्हा थेंबभर पाण्यासाठी
वणवण भटकावं लागतं
पण पाण्याचा टिपूसदेखील
डोळ्यानं दिसू दिल्या जात नाही

मग कोण म्हणालं होतं की
तुम्हाला इथे फुकट पाणी मिळेल म्हणून
इथं तर दिवसाढवळ्या
पाण्यासाठी दाम मोजावे लागत आहेत

पाण्याला थोडंच्च माहीत होतं की
शेपूट गळालेल्या माकडांकडूनच
त्याच्यावर निर्बंध लादले जातील
नि पाण्यावर मालकी प्रस्थापित करून
लादली जाईल सत्ता दीनदुबळ्यांवर

आणि सत्ता ही काय भानगड असते
हे तर पाण्याला ठाऊकच होऊ दिलं नाही
आजवर कधीही माणसानं

सत्ता

खरं तर या गोष्टींवर
सत्ता नसायलाच हवी होती कुण्याही देवाची
किंवा यक्षाची गंधर्वांची वा किन्नरांची
किंवा अगदी माणसांचीसुद्धा

म्हणजे पाण्यासारखी गोष्टसुद्धा
मोफत मिळू द्यायची नाही म्हणून
कोणीतरी अधिनियमात दुरुस्ती सुचवत आहे की काय?
म्हणूनच तर ते पाण्यावर निर्बंध लादत नसतील ना
गरिबांच्या कन्सेंटशिवाय?
नि आमच्यातलं पाणी विद्रोह करून उठेल म्हणून
सर्वतोपरी उपाय योजले जात आहेत
आमच्याही नकळत?
नि पाणी देखील निर्मळ राहणार नाही काळजातलंही
याचीही काळजी घेतली जात आहे अर्थातच

पाण्यालाही आता कळून चुकलं असेलच
मूळचं पाणी आता पाणी राहिलं नाही म्हणून

ते लाचार होऊन बसलंय सत्तेसमोर
आणि कुणाच्याही पुढं सारखं सारखं
हात पसरतंय घोटभर पाण्यासाठी

जे पाणी वाहत होतं

डोक्यावर मुबलक
सांडणारं सूर्याचं कोवळं ऊन
किंवा नकळत नाकातून
आत शिरणारी मोकळी हवा

किंवा डोक्यावर वर्षानुवर्षं
गर्द सावली धरणारं आकाशाचं निळं छप्पर
किंवा पायाखाली केव्हाही आधार देणारी कसदार माती
यांपैकी काहीही सहज मिळू दिलेलं नाहीये आम्हाला

म्हणून तर पंचगंगेच्या काठावर पाण्यानंच
विद्रोह केला होता व्यवस्थेच्या विरोधात
किंवा घोटभर पाणी चाखल्यानं पेटून उठलं होतं
मुक्तीसाठी चवदार तळ्यातलं नि:शब्द पाणी

पाण्यालाही कळू दिलं जातयं की नाही माहीत नाही
पण त्याची गोळी बनवून अफूची
हरेक रुग्णाला प्रिस्क्रिप्शनमध्ये
दिल्या जात आहे डॉक्टरांकडून
नि भांडणं सतत तेवत ठेवून
विझूच दिल्या जात नाहीये विस्तव धर्माचा

जे पाणी वाहत होतं प्रत्येकाच्या हृदयातून
ते कुठं गेलंय वाहून या वर्तमानात

की आटवलंय कुण्या स्मृतिकारानं
संहितेची वाफ देऊन ?

सर्जन

पाणी आता सारखं शेपूट हलवत राहतं
कवी लेखकांच्या सर्जनात

त्याला एवढचं माहीत होतं की
पाणी निव्वळ पाणी असतं खळाळ वाहणारं

आणि या सृष्टीत त्याच्या सार्वभौमत्वावर
कोणलाच सांगता येणार नव्हता काडीचाही हक्क

एवढंच काय पण भविष्यात त्यांच्या स्वैर प्रवाहाला
बांध घालण्याची कुणाचीच बिशाद होणार नव्हती

पण पाण्यालाही आता कळून चुकलंच असेल की
पाणी स्वायत्त राहू दिलं नव्हतं कधीच मूठभर माणसांनी

पाणी निर्गुण निराकार वगैरे काहीच असत नाही कधीही
आणि पूर्णब्रह्म तर कधीच होऊ दिलं नव्हतं भुकेलेल्यासाठी

— पाणी जीवन अस्तं ही गोष्ट
आता खूप जुनी झाली आहे

उच्चार

आम्हाला पाण्याचा उच्चार
समजावून सांगणाऱ्यांना
खरं तर माहीत असत नाही
की पाणी हे आमच्यासाठी केव्हाच
पाणी होऊ दिलेलं नाही

ते आमच्यासाठी अजूनही पानीच आहे
नसानसातून वाहणारं
त्यांना कोणत्या भाषेत सांगावं की
पाण्याला 'पानी' म्हटल्यानं धरणीकंप होत नाही
की आटून जात नाही पाणी सृष्टीतलं

पाण्याचा आवाज ऐकूनच आम्ही
लहानाचे मोठे झालेलो असतो
नि एक एक डोंगर चढलेला असतो तहानेचा

म्हणजे तहान लागली की लगेचच आम्ही काही
शुद्धलेखनाचं पुस्तक काढून
पाण्याचा उच्चार पाठ करत बसत नाही

आम्ही नुस्तं पानी म्हटलं तरी
आमची अख्खी तहान भागते पाण्याची

साक्षात

पाणी ही काय वाटून घेण्याची गोष्ट आहे ?

ज्याच्या हातावर पडला असेल
पाण्याचा पहिला थेंब अगोदर
त्याला कळलं असेल पाण्याचं वजन
मग त्यानंच शिकवलं असेल सगळ्यांना
साठवून ठेवायला माठात पाणी

तहान लागली की कुणीही
आपसूकच चालत येतो तळ्याकडं
आणि पसरतो हात कितीही ताकदवर असले तरी
हे सत्य ज्याला कळलं काळाच्या ओघात
त्यानं तर झऱ्यावरच झाकण ठेवून
लपवून ठेवलंय पाणी

आणि आता तर त्यानं साक्षात
पाण्यावरच ठेवायला उचललाय पाय
जसं पूर्वी डोक्यावर पाय ठेवून पार ढकललं होतं
पाताळात माझ्या खापरपणज्याला

अस्तित्व

पाणी निधर्मी असू शकतं
धर्माची गरज नसणाऱ्यांसाठी
हे खरं तर आता कुणालाही आठवत नाहीये

कुठल्याही सार्वजनिक नळाची तोटी उघडून
बिनदिक्कतपणे घोटभर पाणी प्यावं
आणि तहानलेल्यांनी तृष्णा भागवावी
हे दिवस खरं तर आता इतिहासजमा झालेयत

हॉटेलात कोणत्याही पदार्थांची
ऑर्डर दिल्याशिवाय मिळणार नाही मोफत पाणी
असा वटहुकूमच जारी केला जात आहे आता

नि झाडांना मडकं लटकवून पाखरांना पाणी पाजणं
अंगणातल्या सुकत चाललेल्या कडुनिंबाला पाणी घालणं
असलं शहाणपण करण्यास कुणीच कनवाळू धजणार नाही

ज्याच्या हाती तीर कामठा
तोच डोक्यावर तरंगणाऱ्या ढगांना
बाण मारून पदरात पाडून घेईल पाणी
अगदी दुसऱ्याच्या माठातलं पाणी पळवण्यासाठीही
युद्ध सुद्धा पुकारल्या जाईल उघडपणे केव्हाही

आणि एवढं करूनही कुणी पाणी लपवून ठेवलंच
तर त्यांच्या घरांना आगी लावून देण्यासही
मागं पुढं पाहणार नाहीत

भूगर्भातील पाणीसुद्धा सार्वजनिक राहणार नाही
याचीच काळजी घेतल्या जाईल
सत्तेवर येणाऱ्या प्रत्येक सरकारकडून

आणि ज्यानं ज्यानं त्यांच्या पक्षाला दिलंय व्होट
त्यांनाच पुढील पाच वर्षं सरकारी कोट्यातून
पाण्याचा मोफत पुरवठा केला जाईल

पाणी मोकळं वाहू देणं स्वैर निरंकुश
म्हणजे कोणत्याही सरकारसाठी धोकाच ठरेल
नि पाण्याच्या नुस्त्या वाटपावरूनसुद्धा
सत्ता उलटल्या जाईल क्षणार्धात

बेघरांच्या छतांवर सबंध पावसाळाभर
जेवढं पाणी पडेल त्याचं एकूण लॉजिक लावून
बरसणाऱ्या पाण्याचं नियोजन केलं जाईल

नंतरच निराधार निरपराध दारिद्र्यरेषेखालील
गरिबांना स्वस्त धान्याच्या दुकानातून
महिन्याकाठी पाण्याचं वाटप केलं जाईल

आणि कोण म्हणालं होतं की देवानं इथली
प्रत्येक चीजवस्तू स्वस्तात विकली आहे म्हणून
असलं काही भूतकाळात घडलं असेल या पृथ्वीतलावर
हे अजूनही आम्हांला खरं वाटत नाही
आणि भविष्यात कधी असा काही दिवस उगवेल
याची खातरीही कुणीच देऊ शकणार नाही

मिनरल वॉटरच्या पाण्यानं
सकाळ संध्याकाळ बाथ करणाऱ्यांना
थोडंच माहीत असणार आहे की
पाण्याच्या एका थेंबात सुद्धा
सगळं अस्तित्व टिकून अस्तं आमचं सगळ्याचं

शून्य

एक दिवस शून्यातून फुटून बाहेर येईल पाणी
एक दिवस पाण्यातून उगवून येईल भाकर
एक दिवस भाकरीतून उडी घेईल भूक
एक दिवस भुकेतून उठून बसेल माणूस
एक दिवस
माणसातून फुटून येईल कंटाळा
एक दिवस कंटाळ्यातून जन्म घेईल बाई
एक दिवस बाईतून प्रसवून वर येईल गर्भ
एक दिवस गर्भातून जन्माला येईल झाड
एक दिवस झाडातून उमलून येईल मातीचं फूल
एक दिवस फुलातून मातीची होईल वाफ
एक दिवस वाफेतून तयार होईल ढग
एक दिवस ढगातून बरसेल पावसाचं पाणी

एक दिवस पाण्यातूनच
जन्म घेईल शून्य पुन्हा

उद्याच्या दिवसाची खिडकी

काही वेळानं कालच्यासारखीच सकाळ होईल कालच्यासारखेच सगळे जण कालच्या दिवसाच्या खोप्यातून बाहेर पडतील कालच्याच आखून घेतलेल्या वाटेवरून उडत जातील काही जातील चालत काही पळत जातील काही लंगडत काही खुरडत जातील काही गाठतील रमत गमत आपापली जागा यांपैकी ज्यांना कालच्यासारखं काहीच जमलेलं नसेल आतल्या आत आपलं आतडं कुरतडत बसतील आणि कालच्यापेक्षाही कमी आकाराचे परीघ आखून गळ टाकून वाट पाहत बसतील कालच्याचसारखी गळाला मासा लागण्याची

कालच्यासारखेच जे आजही बाहेर पडलेत ते आपापल्या जागी बसून अगदी हुबेहूब कालच्याचसारखे आकडेमोड करतील दिवसभर कुणी निव्वळ पानं मोजत राहतील झाडांची कुणी दिवसाढवळ्या आकाशात चांदण्या दृष्टीस पडतील म्हणून अंदाज घेत राहतील आणि कालच्यासारखेच हवापाण्याविषयी अंदाज लावून मुंग्यांना अंडी सुरक्षित हलविण्यासाठी सूचना देतील

कुणी अगदी कालच्यासारखीच पोज घेऊन आजच्या दिवसाच्या खिडकीत येणाऱ्या जाणाऱ्यांच्या नोंदी आवकजावक नोंदवहीत ठेवतील कुणी कालच्यासारखेच कुणी भितरा घाबरट कुबड आलेला ओझ्याने वाकलेला दु:खाने पिसलेला किंवा गलितगात्र वगैरे आढळून आला की कालच्यासारखीच त्याची रवानगी कत्तलखान्याकडं करतील कुणी तर कालच्या आधीच्या कालच्यासारखे दुसऱ्याच्या खिश्यात हात घालून त्यांच्याकडं शिल्लक उरलेला आनंद दोन्ही हातांनी घेतील ओरबाडून आणि वाटून घेतील आपसात गुपचूप

कालच्या दिवसाच्या काळोखाच्या तडाख्यातून जे सुटले सहीसलामत ज्यांना परत परत पडावंच लागतं बाहेर ते सगळं काही ना काही करून खुरडून ओरबाडून कापून लूटून पळवून नेण्यासाठी राहतील धडपडत ज्यांच्या वाटेत आडवी येईल नदी ते बांधून घेतील आपापल्या डोक्यात तिचं पाणी प्रत्येक जणच एक दुसऱ्याच्या सावलीत राहून उभं पळवतील दुसऱ्याची सावली आणि नेऊन टाकतील आपापल्या

खोप्यावर ऊन लागू नये म्हणून जो तो जमेल तसे दुसऱ्याच्या डोळ्यांत बोटं खुपसून काढून घेतील तळहातावर बुबुळं आणि पाहून घेतील आपापला चेहरा एवढ्या गर्दीतही हरवलो गेलेलो नाही हे पाहून आनंदानं मुंगीवरून साखर वाटत जातील गावागावांतून

काहीतर उद्याच्या दिवसाची खिडकी उघडण्याची वाटही पाहणार नाहीत कालच्याच्यापेक्षाही अधिक वेगानं आजच्या दिवसाच्या खिडकीतून उडी घेऊन दुसऱ्याच्या हातावरच्या रेषा आपल्या हातांवर ओरबाडून घेतील आणि दुसऱ्याचे हात सपाट करताना कुणाचाही कंठ दाटून येणार नाही की ओलावणार नाहीत कुणाच्याही डोळ्यांच्या पापण्या संध्याकाळी निव्वळ हात हलवीत परतून जाण्यासाठी कुणाचंही मन धजणार नाही अख्खा समुद्र पाठीवर बांधून घेण्यासाठी धडपडतील कोसळतील चिरडून जातील पण कुणीही शेवटालोक माघार घेणार नाहीत

एखाद्याला जरी चुकून रणरणत्या उन्हात हिरवंगर्द झाड दिसलं की घेतील उपटून मुळांसकट आणि खोचतील डोक्यात जो तो आपापल्या वाटेत येणारे रस्ते घेईल गुंडाळून आणि गरज भासेल तेव्हा त्याची घडी उकलून पसरील स्वत:साठी सगळेजण मुळांकडं परतून जाण्यासाठी धडपतील कुणाचाच कुणावर विश्वास म्हणून राहणार नाही जो तो एकमेकांना पाण्यात पाहील आणि संधी चालून आली की एकमेकांना कालच्या पेक्षाही जास्त तीव्रतेने टिपत जाईल

शेवटी शेवटी ज्यांना म्हणून शक्य असेल असेच उद्याच्या दिवसाची खिडकी संध्याकाळीच उघडून पलीकडच्या दिवसाच्या उजेडावर टांग मारून भविष्यकाळात पोहचण्यासाठी धडपडत राहतील

असं कोणतं गाव असतं

बसस्थानकात बस येऊन उभी राहिली की
खिडकीतल्या प्रवाशाला खालून कुणीतरी विचारतोच एखादा
की बस कुठं चाललीय म्हणून

नि प्रत्येक वेळेस ती बस चाललेली असते
दुसऱ्याच कुठल्यातरी अनोळखी गावाला
म्हणून खालचा निराशेनं होतो दूर बसपासून

पुन्हा पुढच्या गावाला बस पोहचताच बसस्थानकात
घाईघाईत येतोच पळत एखादा त्रस्त
नि खिडकीतल्या प्रवाशाला विचारतो पुन्हा तोच प्रश्न
की बस कुठे चाललीय म्हणून

असं कोणतं गाव असतं
की जिथं एखादाही प्रवाशी नसतो उभा वाट पाहत
खिडकीतल्या प्रवाश्याला विचारायला की
ही बस कुठं जाणाराय म्हणून ?

आणि खिडकीत बसलेल्या सगळ्याच प्रवाशांना तरी
कुठं माहीत अस्तो प्रत्येक गावाचा ठावठिकाणा?
तेही तर चाललेले असतात
दुसऱ्याच कुठल्यातरी अनोळखी गावाला
जे दडलेलं अस्तं प्रवासाच्या मधोमध कुठंतरी काळोखात

म्हणूनच तर आतला एखादं बसस्थानक आलं की
विचारतो खिडकीतून बाहेरच्याला की कुठलं गाव आहे म्हणून

विसावा

म्हणजे खालच्या प्रवाशाला तरी
कुठे माहीत असतं या गावाचं नाव गाव
तो ही तर आपल्यासारखाच निघालेला असतो परत
परत कोणत्यातरी गावाच्या शोधात
जे गेलेलं अस्तं हरवून त्याच्या बोटांच्या चिमटीतून कधीतरी

खिडकीत बसून प्रवास करणारे
किंवा खालून खिडकीतल्या प्रवाशाला विचारणारे
विसरून गेलेले असतात आपापल्या गावाचे रस्ते

आपल्याला तर अजूनही
कोणत्याही बसस्थानकात
चिकटवता आलेलं नाहीये
हरवलेल्या गावाचं चित्रं
नि करता आलेलं नाहीये आवाहन शोधण्याचं
की चित्रातल्या गावासारखं हुबेहूब वर्णनाचं
जर सापडलंच कुणालाही गाव एखाद्या उत्खननात
तर कळवा हरवलेल्या गावाच्या ठिकाणावर

म्हणजे त्याला इनाम म्हणून
देता येईल आपल्याला एखादं गाव विसाव्यासाठी कायमचं

असूया

गच्च कोंबून प्रवासी वाहून नेणाऱ्या बसमधील
उभ्या असणाऱ्या प्रवाशाला खरं तर
लगतच्या सीटवर बसून प्रवास करणाऱ्या प्रवाशाबद्दल
असूया वाटत असते नेहमीच

किंवा बाजूला बसून प्रवास करणाऱ्या प्रवाशाला
खिडकीजवळ बसून प्रवास करणाऱ्या प्रवाशाबद्दल
असूया वाटत राहते क्रमानं

किंवा शेवटच्या बाकावर बसून
प्रवास करणाऱ्या प्रवाशाला
अगदी समोरच्या खिडकीजवळ बसून
प्रवास करणाऱ्या प्रवाशाबद्दलही असूया वाटू शकते

किंवा बसमध्ये अगदी शेवटी
कसाबसा एका पायावर उभा राहून
प्रवास करणाऱ्या प्रवाशाला
बसमध्ये बसून प्रवास करणाऱ्या सगळ्यांबद्दलच
असूया वाटण्याची शक्यता तर असते नेहमीच

नि जे अजूनही ताटकळत उभे असतात बसची वाट पाहत
नि माहीतही नसते शेवटच्या बसची नेमकी वेळ
त्यांना तर गच्च भरून आलेल्या बसबद्दलच
असूया वाटत असते

म्हणजे असूया ही खालून वर
शेवटाकडून अगदी समोरच्याकडे
किंवा जवळून नजीकच्या नजीक
आपल्याही नकळत पसरत राहते
निरंतर

आपापल्या हिश्श्याचं आकाश

बसमध्ये बसणाऱ्या काही प्रवाशाच्या वाट्याला
हमखास मिळतेच मिळते खिडकीलगतची सीट
नि त्याच्या वाट्याला येतोच आकाशाचा चतकोर तुकडा

जे बसलेले असतात खिडकीतल्या प्रवाशाला लगटून
नि पाहू इच्छितात त्याच्या आडून खिडकीतलं आकाश
ते केवळ स्पर्शानंच जाणून घेतात त्यांच्या हिश्शाचं आकाश

कधी तर खिडकीलगतची सीट मिळण्याआधीच
कित्येकांचं गावही येऊन पोहचलेलं अस्तं पुढ्यात
नि निसटून जात त्यांच्या हातून त्यांच्या हिश्शाचं आकाश

जे अजूनही उभे राहून काटत राहतात प्रवास निमूट
नि ज्यांच्या वाट्याला कधीच आलेली नसते खिडकी
ते तर मनातल्या मनात घोळवत राहतात खिडकीचा आकार

खिडकी हा असा शब्द आहे की
बसमध्ये चढणाऱ्या प्रत्येक प्रवाशालाच वाटतं
थोडासा तरी खुडून न्यावा तिचा तुकडा
नि लावावा आपापल्या घराच्या भिंतीवर

ज्यातून पाहता येईल नेहमीच त्यांना
आपापल्या हिश्शाचं आकाश

म्हटलं तर हा जमिनीचा तुकडा आहे आयताकृती

१.

म्हटलं तर हा जमिनीचा तुकडा आहे आयताकृती
किंवा म्हटलं तर हे केवळ चित्र आहे अपौरुषेय

म्हटलं तर यावर तुम्ही शेतीही करू शकता वर्तमानाची
म्हणजे कर्जबाजारी होऊन आत्महत्या केली की
पेपरात छापून येऊ शकतो फोटो तुमचा दिमाखात
हवं तर यात तुम्ही ठेवू शकता पेरून आरडीएक्स
दंगल घडवून आणली की टाकता येईल उडवून एखादी वस्ती
किंवा रिलायन्स मोबाईलच्या टॉवरसाठी देऊ शकता
हा जमिनीचा तुकडा तुम्ही नाईन्टीनाईन इअरच्या लीजवर
नि तुमच्या दोनचार पिढ्यांना कनेक्ट होता येईल जगाशी मोफत

म्हटलं तर यावर तुम्ही बांधू शकता टू बीएचकेचं एक टुमदार घर
आणि न्याहाळू शकता खिडकीतून डोंगरापल्याडचं पहुडलेलं गाव
नाहीतर जेसीबी मिळतेच भाड्यानं जे शंभर हातालाही टाकतं मागं
आणि फेकतं खोदून त्यांच्या वाट्याची भाकर घटकाभरात
म्हटलं तर ती क्षणातच या आयताकृती जमिनीच्या तुकड्यातून
खोदून देईल तुमच्या पुरुषभर उंचीची पोकळी
किंवा आयताकृती आकारच काढून देईल मातीसारखा तुमच्या तळहातावर

म्हटलं तर या आयताकृती जमिनीच्या तुकड्यात खूप काही दडलंय
म्हटलं तर सगळ्या कवींनी लिहायची ठरवली कवनंच्या कवनं
तरी पुरून उरेल हा आयताकृती जमिनीचा तुकडा सगळ्यांना
म्हटलं तर तुम्ही पुरून ठेवू शकता तुमच्या कवितेच्या वह्या
ज्या येतील उगवून काही काळानं अभंगासारख्या मातीतूनही

म्हटलं तर तुम्ही या आयताकृती जमिनीच्या तुकड्यावर
बांधकाम करू शकता पूर्ण वर्तमानाचं सहजच

२.

हा आयताकृती जमिनीचा तुकडा पाहून
एक कासव येईल
आणि सांगू लागेल आपला हक्क

हा आयताकृती जमिनीचा तुकडा पाहून
एक ससा येईल भूमिहीन
आणि सरसकट टाकेल आपला नांगर

कासव म्हणेल की या जमिनीवर
मला बांधायचं आहे मंदिर
किंवा ससा म्हणेल
मला उगवायचं आहे हिर्वं गवत या जमिनीवर

नाहीतर असंही होईल की कासव येईल
आणि या तुकड्यावर पाय सोडून पडून राहील निपचित
किंवा ससा येईल आणि या जमिनीवर
नुस्ताच उड्या मारत राहील सदैव

कासव म्हणेल मान उंचावून सशाला
मी दास आहे देवाचा असतो पडून देवाच्या दारात
देवाच्या डोळ्यांत पाहूनच भरतंय माझे पोट
मीच नाही का समुद्रमंथनाच्या वेळी धावून गेलो होतो
अमृत मिळावं देवांना म्हणून
घुसळला नव्हता का अवघा समुद्र पाठीवर माझ्या रई ठेवून
त्यावेळी मी दिली नसती पाठ टणक टेकूसाठी तर
पृथ्वीच्या पोटाला भोक पडून गळून गेली असती सगळी जमीन

मग उरलं काय असतं या पृथ्वीच्या पाठीवर
पोकळ आकाराशिवाय?

खरं तर मी अजूनही लाडकं लेकरू आहे देवाचं
आणि माझ्याशिवाय कुणीही सांगू शकत नाही हक्क
या आयताकृती जमिनीच्या तुकड्यावर

हे ऐकून ससा म्हणेल की
मी भूमिहीन आहे अजूनही या भूमीवर
बागडण्यासाठी मला उरलीच कुठाय भूमी
मी पेरीन गवत आणि वाढवीन कुरण
एरव्ही तरी कुठं कासवांनी ठेवलीय शिल्लक जमीन

नाहीतर गाय पवित्र आहे म्हणून सांगेल हे कासव देवांना
आणि चरण्यासाठी तिला कुठं उरलं गायरान म्हणून
करेल हडप हा जमिनीचा आयताकृती तुकडा
किंवा वैरणाचं निमित्त करून टाकेल आमच्या बिळात जाळ

कसाबसा वाचलो आहे मी खांडववनाच्या आगीतून
काही करून मला या जमिनीत पेरायचं आहे गवताचं बी
नि उगवायचं आहे कुरण पुढच्या पिढ्यांसाठी

म्हणजे अटळ आहे संघर्ष
पुन्हा एकदा सशाचा नि कासवाचा
या आयताकृती जमिनीच्या तुकड्यावरून

३.
हा एक जमिनीचा आयताकृती तुकडा आहे
यावर एका माणसाला चित्र काढायचं आहे घराचं

विटांचा ढीग येऊन पडला आहे रंगाच्या आकाराचा
रेतीचा ढीग येऊन पसरला आहे सुस्त मिश्रणासारखा

एक कारागीर कॉलमसाठी कोरतोय
या आयताकृती आकृतीतून चौरसाचे आकार
नि उभारल्या जाणाराय एक आयताकृती छप्पर
एक आकारहीन चौकीदारासाठी

हा आयताकृती जमिनीच्या तुकड्याचा आकार
हरवून उभा राहणाराय घराचा चौकोनी आकार
चौकोनी आकाराच्या चौकोनी खिडकीतून
दृष्टीला पडणाराय चौकोनी आकाश

चौकोनी आकाराचं चौकोनी कुटुंब
चौकोनासारखे येऊन राहणाराय आसऱ्याला
नि चौकोनी आकाराची माण्सं जन्माला येऊन

चौकोनी आकाराच्या आरशात
वाटून घेणाराहेत आपापल्या हिश्शाचा आकार चौकोनी

खरंतर पृथ्वी एवढी गोल असूनही माण्सांना
अजूनही शोधता आलेला नाहीये आकार
गोल भाकरीसारखा जो पसरून जमिनीच्या तुकड्यावर
खात बसता येईल प्रत्येकालाच या उभयान्वयी वर्तमानात

झाडांची गोष्ट

१.

झाडाची गोष्ट कशीही सांगितल्या जाऊ शकते
अगदी सुरुवातीपासून शेवटाकडं
किंवा शेवटापासून सुरुवातीकडं

ही गोष्ट माणसानंच माणसाला सांगितली पाहिजे
असं थोडंच आहे

तिला तर आलटून पालटून कुणीही सांगू शकतं
झाडं माणूस किंवा अगदी लहान मूलसुद्धा
फार तर झाडाचं चित्र रंगवूनही
सांगता येऊ शकते गोष्ट झाडांची

अन् कवीला तर कसलीच अट नाहीये
तो तर ती केव्हाही कुणालाही सांगू शकतो
अगदी मधूनच किंवा नुस्ताच एखाद्या गोष्टीचा तुकडा
तो टाकू शकतो तुमच्या ताटात भाकर म्हणून

तशी या गोष्टीची सुरुवात केव्हा झाली नि केव्हा होणाराय शेवट
हे अजून तरी कुणालाही सांगता आलेलं नाहीये अगदी झाडालासुद्धा
शिवाय ही सांगून टाकली म्हणजे थोडीच संपणार आहे ही गोष्ट
ती तर सुरूच राहणाराय माणसाच्या शेवटापर्यंत

२.

झाडांची गोष्ट आपण कशीही सांगू शकतो

म्हणजे एक जंगल होतं आटपाट
नि त्यात राहायची निरनिराळ्या जातीची झाडं
जी ओळखता यायची दुरून कुणालाही
निरनिराळ्या रंगांवरून किंवा आकारांवरून सुद्धा

अगदी सुरुवातीला म्हणजे अगदी गोष्टीच्या सुरुवातीलाच
जेव्हा नुकताच जन्म झाला होता गोष्टीचा
म्हणजे अगदी माणसाचं शेपूट गळून पडायच्या काळात
माणसाच्या हाती लागला होता जाळ त्यावेळची गोष्टय ही

जो त्याला पुरवायचा होता पुढं कित्येक पिढ्यांपर्यंत
म्हणून पहिल्यांदा त्यानं जाळात आहुती दिली झाडाची
अन् तिथंच रुजलं बी माणसाच्या मनात झाडाच्या विनाशाचे
तेव्हापासून माणसानं धगधगत ठेवलेला गुहेतला जाळ
अजूनही पुरता विझलेला नाहीये
तो तर जाळतच चाललायं झाडांची वस्ती

पुढं पुढं जेव्हा माणसाला लादायचा होता
एकछत्री अंमल सृष्टीवर सगळ्या
त्याला हवा होता त्यासाठी जमिनीचा तुकडा
म्हणून त्यानं घातले झाडांच्या मुळांवरच घाव
नि कारण पुढं केलं भाकरीच्या चतकोर तुकड्याचं

३.

म्हटलं तर ह्या गोष्टीला तुम्ही
ताणत नेऊ शकता भूतकाळाच्या टोकापर्यंत
नि जुळवून दाखवू शकता ह्या गोष्टीचा सांधा

सुईच्या अग्रावर मावेल एवढा जमिनीचा तुकडाही
नाकारल्यावर झालेल्या सर्वनाशाच्या युद्धापर्यंत
किंवा म्हटलं तर तिरकस ताणल्या जाऊ शकतं
ह्या गोष्टीचं एक टोक खांडववन जाळण्याच्या गोष्टीपर्यंत
म्हणजे सौतीनं जी गोष्ट सांगितली होती श्रोत्यांना नैमिष्यरण्यात
तीच गोष्ट सांगता येऊ शकते आजच्याही काळात

अग्नीला म्हणे बारा वर्षं सतत श्वेतकेतू राजाच्या यज्ञात
आहुत्या मिळत होत्या घृताच्या
अन् त्यानं म्हणे अग्नीला आलं होतं मांद्य
नि त्याला खाण्यासाठी म्हणे पाहिजं होतं अख्खं खांडववन
म्हणून तर अग्नीनं कृष्णार्जुनाला मागितली अनुज्ञा
समूळ खांडववन भक्षण करण्याची

अग्नीनं तर जाळून टाकलं अख्खं खांडववन
नि त्यात जळून मेलीत प्राण्यांसोबत निरपराध झाडंसुद्धा
म्हटलं तर कृष्णार्जुनाला अग्नीच्या भुकेचं कारण पुढं करून
यच्चयावत नाश करायचा होता नागकुळांचा ह्या गोष्टीत

नि प्रस्थापित करायची होती सार्वभौम सत्ता जमिनीच्या तुकड्यावर
ज्या तुकड्याच्या अणीवर कधी काळी वसलं होतं चिमुकलं गाव झाडांचं

४.

किंवा ही गोष्ट फारच पुरातन वाटत असेल तर
ह्या गोष्टीचं एक टोक ओढत ओढत आणता येऊ शकतं
थेट वर्तमानाच्या खिडकीपर्यंत विनासायास
जिथं तुमच्या डोळ्यादेखत हजारो हातांनी दिवसाढवळ्या
जमीनदोस्त केलेली असते एक पुरातन वास्तू

ज्या जमिनीच्या तुकड्यावर कधी काळी उभं होतं एक झाड
ज्यावर निराधार पाखरांनी पाहिलं होतं स्वप्न
एका घरट्याच्या आकाराचं

पाहिजे तर ह्या गोष्टीचा पुढचा भाग आपल्यापैकी
कुणीही सांगू शकतो की दडवूनही ठेवू शकतो
जमिनीखाली कायमचा

— झाडांची गोष्ट कशीही सांगितल्या जाऊ शकते

उपकथानकातील पात्राचं प्राक्कथन

१.

प्रत्येक पडण्यातून आपण सावरत नाही तोवर
लगेचच कुणीतरी ढकलून पाडतोच आपल्याला
रस्त्याच्या मधोमध
आणि सांडून जातं सगळं सुख खिशातून

कोणती इमारत बांधायची आहे आपल्याला
या काळात की जिचा पाया कायम
कुणीतरी येऊन टाकतो ढासळून नकळत
आणि आपण हात चोळत राहतो निमूट दिवसाढवळ्या

आलेला एकेक दिवस आपण
कसाबसा ढकलत राहतो मागं पुढच्या दिवसासाठी
तर दुःखाचं चाक गरगरत येऊन कापत नेतं
आपल्या पुढ्यातला रस्ता निर्दयपणे
आणि आपण अधांतरीच लोंबकळत राहतो
मधोमध गावाच्या आसावर

अशी कोणती गोष्ट दडून बसलेली आहे
आपल्या आत कायमची की
जी आपल्या डोळ्यादेखत विसकटून टाकली जातेय
आणि आपल्याला काहीच करता येत नाहीये
या अदृश्य सत्तेपुढं?

आणि आपण असं कोणतं चरित्र निभावत आहोत
आजही या रणभूमीवर
की हरघडी आपल्या जगण्याचे पायच
छाटून टाकले जाताहेत?

२.

आपण थोडी थोडी जमवून आणतो
झाडांपासून सावली
गोळा करतो हवा अन्न पाणी
ठेवतो साठवून उतरंडीच्या उतरंडी
तर येऊन कुरतडून टाकतात झुंडी उंदरांच्या

हे दगड ह्या विटा ही माती हे सिमेंट
हा इमारतीचा नकाशा
ही सुईच्या अग्रावर मावेल एवढी जमीन
हे आपले हात
यातलं काही काही सुरक्षित राहिलेलं नाहीये
या वर्तमानात

आणि आपल्याला तर
पुन्हा नव्यानं बांधायची आहे
एक नवी कोरी लख्ख इमारत

म्हणजे महाभारतातल्या कोणत्या उपकथानकातील
पूर्वजांचे वंशज आहोत आपण की
आपल्याला ही इमारतच बांधू दिल्या जात नाहीये आजही

माझ्या आत पडून आहे एक कागद

१.

माझ्या आत पडून आहे
एक कागद
जो आलाय चालत माझ्यापर्यंत
कित्येक पिढ्यांपासून

त्यानं काही बोलल्याचं
ऐकायला आलं नाही आजवर
आणि तो काय ऐकत असतो
हे ही कळलेलं नाहीये कुणालाही

मनातल्या मनात सारखं
काहीतरी लिहीत राहतो
तेही मला वाचता
आलेलं नाही अजूनपर्यंत

कुठून मिळत असेल त्याला हवा पाणी
कुठून होत असेल पुरवठा अन्नाचा
की मीच झालोय त्याचं अन्न?
आणि माझ्यातूनही तो वाहत जाईल
पुढल्या पिढीत पाण्यासारखा

२.

ह्या कागदाच्या तुकड्यावर
दडून आहे
एक अगम्य लिपी
जी मला अजूनही वाचता आलेली नाहीये
की उलगडता आला नाहीये
तिच्यातला अर्थ
कदाचित माझ्या पूर्वजांनी
लिहून ठेवलेली असेल त्यांची गोष्ट
जी त्यांना कुणी सांगू दिली नसावी कधीच

३.

हा कागद फाटत नाही
की कुजतही नाही
पक्षी होऊन
उडून जा म्हटलं कितीही
तरीही अजून अडकून
पडला आहे गळ्यातच

४.

ह्या कोऱ्या करकरीत कागदाचं
काय काय करता येईल
म्हणून मी ठेवतोय तुमच्यापुढं

तुमच्यावर कोणतेही निर्बंध नाहीत
अगदी कितीही घड्या घाला या कागदाला
किंवा कुठूनही मुडपून हवा तो आकार बनवा

कदाचित तुम्ही म्हणाल
त्याला भूक लागली आहे केव्हाची
भाकर द्या त्याला म्हणजे मरणार नाही

तुम्ही म्हणाल त्याला तहान लागली आहे
पाणी पाजा त्याला
म्हणजे सळसळ उठेल त्याच्यातून
तुम्ही म्हणाल हा तर निव्वळ कागद आहे
यातून तर कोणताही जीव
येऊ शकणार नाही जन्माला

कदाचित तुम्ही काहीच म्हणणार नाही
निव्वळ एकटक पाहत राहाल कागदाकडं

आणि वाट पाहत बसून राहाल
की केव्हा कागदातून उडी मारून बाहेर येईल माणूस

५.

ह्या कोऱ्या कागदाचं
मला तर काहीच करता येत नाहीये

किंवा घडी करून
ठेवताही येत नाहीये कपाटात

त्याच्या निव्वळ पडून राहण्यानं
मला अडकून पडल्यासारखं वाटतंय
सारखं कुरतडल्या जातंय आतड्यात काहीतरी
आणि आताशा तर ह्या कोऱ्या करकरीत कागदातून
उगवू लागल्याहेत टोकदार मुळ्या
ज्या थेट पोहचताहेत माझ्या गळ्यापर्यंत

६.

हा कागदाचा तुकडा
नीट सांभाळून ठेवा खिशात
कधीतरी संकटकाळी येईल कामाला

आणखी असं म्हणण्यात काय हशील आहे की
हा निव्वळ भार होईल खिशाला
किंवा नुस्तीच अडवून ठेवील जागा खिशातली

खरं तर हा कागदाचा तुकडा नाहीये मुळात
तो अवयव आहे झाडाचा कापून काढलेला
किंवा अख्ख झाडंच असू शकतं
कागदात अडकून पडलेलं

७.

तुम्हाला हुरहूर वाटली की
तुम्ही जसे आईच्या कुशीत झोपी जाता
नि त्यावेळी जशी आई तुम्हांला
थोपटत थोपटत झोपी घालते
अगदी तसंच करा तुम्ही

दुःखानं पिचलेलं हे कागदाचं झाडं
सहज झोपी जाईल कुशीत तुमच्या

खरं तर हा नुस्ता कागदाचा तुकडा नसतोच मुळात
ते झाड असतं कुठल्यातरी जंगलातलं अवेळी कापलेलं
जे तळमळत असतं
कित्येक दिवसांपासून दुःखानं

८.

मग माणूस आला म्हणाला कागद द्या जाळ करतो
मग कवी आला म्हणाला कागद द्या कविता लिहितो
मग वाणी आला म्हणाला कागद द्या माडी बांधतो
मग चित्रकार आला म्हणाला कागद द्या माणूस काढतो.

मग मुलगा आला एक म्हणाला द्या तो कागद इकडं
मी कुंभ बनवतो त्याचा नि जागा देतो राहायला माशाला
मग शिकवील मला तो कागदाची होडी
जी प्रलय आल्यावर घेऊन जाईल सगळ्यांनाच

माझ्या आत पडून आहे एक कागद
कोरा करकरीत अजूनही

चित्र

फुलपाखराचं चित्र काढलं रंगीबेरंगी
अवतीभवती त्याच्या फुलझाडं काढली नाहीत
फुलपाखरांचा जीव उबगला आणि गेले उडून

माशाचं चित्र काढलं रंगीबेरंगी
अवतीभवती त्याच्या पाणी काढलं नाही
माशाचा जीव तडफडला आणि शेपटी हलवत गेला निघून

कासवाचं चित्र काढलं बरहुकूम
अवतीभवती त्याच्या तळं काढलं नाही
कासवाचा जीव कासावीस झाला
आणि पोटातून पाय काढून गेलं पळून

सशाचं चित्र काढलं पांढरेशुभ्र
अवतीभवती त्याच्या गवत काढलं नाही
सशाचा जीव घाबरला आणि उड्या मारत गेला निघून

पक्ष्याचं चित्र काढलं नुसतंच
त्याच्यासाठी झाड काढलं नाही
पक्षाचा जीव तळमळला
आणि कलकलाट करत गेले उडून

रंग नुसतेच कागदाकडं राहिले पाहत
कागदात त्यांचे मन रमलं नाही
ट्यूबमधून रंग पटापटा पडले बाहेर
आणि एकएकटे गेले अवकाशात उडून

मी नुसताच पडून राहिलो
ओरखडा नसलेल्या पांढऱ्याशुभ्र भिंतीच्या पायाशी
मग मी कंटाळून नुसतीच एक रेषा काढली भिंतीवर
आणि कित्येक रात्री गेल्या सरून माझ्यातून

एके दिवशी ऐकू आली सळसळ भिंतीतून
तर रेषेलाच फुटली वर मुळं
मग त्या मुळांभोवती काढलं पाणी
तर शेंड्याला पानं फुटली कोवळी

बघता बघता त्याचं झालं झाड
आणि आकाशाकडं गेलं झेपावत
मग मी त्या सगळ्या फांद्यांवर फुलं काढली रंगीबेरंगी

तर उडून गेलेलं फुलपाखरू येऊन बसलं फुलांवर
शेपटी हलवत मासा आला पोहत
आणि घिरट्या घालू लागला झाडाभोवती

लगबगीनं चालत आलं कासव परत
आणि विसावलं झाडाच्या बुंध्यापाशी
उड्या मारत ससाही आला परत
आणि बागडत राहिला झाडाजवळ

उडून गेलेले रंग उडत आले अवकाशातून
मिसळले झाडाच्या पानापानात
अचानक एके दिवशी कलकलाट झाला झाडावर
नि पाहतो तर काय झाडच डवरून गेलं पक्ष्यांनी

मला अजूनही कळलं नाहीये
भिंतीला केव्हा राहिला गर्भ रेषेचा अन् जन्माला आलं झाड.

झोपेनं झडप घालण्याआधी

१.

म्हणजे आज कोणत्याही परिस्थितीत
अर्धवट पडून राहिलेल्या कवितांची
केली पाहिजे दुरुस्ती
आणि सोडवून घेतलं पाहिजे स्वतःला कवितेतून

२.

अस्ताव्यस्त पडलेल्या सगळ्याच वस्तूंना
नेऊन ठेवलं पाहिजे आपापल्या जागेवर यथावत
नाहीतर कलह वाढून त्यांच्यात
वाहतील पाट रक्ताचे घरातून

३.

अनावश्यक लोकात मिसळून इजा होण्याआधीच
चार हात दूर सुरक्षित राहणं घेतलं पाहिजे शिकून
घेतले पाहिजेत जगण्याचे ठरवून अग्रक्रम
आणि सोडवून घेतले पाहिजे स्वतःला

४.

मळक्या कपड्यांना घुसळून स्वच्छ धुतल्यावर
टाकलं पाहिजे उन्हात सुकवत निरंक
म्हणजे त्यांच्या मनात साठलेला मळ
जाईल उडून वाऱ्यावर

५.

मुलांना नव्यानं घातली पाहिजेत कव्हरं
नाहीतर फाटून जातील अकाली
पुस्तकांनाही वेळच्या वेळी जपलं पाहिजे
म्हणजे वाढत्या वयात हाती देता येतील मुलांच्या

६.

लॅप्स झालेल्या पॉलिसीचे घेतले पाहिजेत भरून प्रीमियम
केले पाहिजे पुनर्जीवन पुढच्या लाईफच्या रिस्क कव्हरसाठी
पीडिॲट्रिककडं तपासून घेतलं पाहिजे पोरांचं कोवळं काळीज

७.

झोपेनं झडप घालण्याआधी सुरक्षित बसता येईल सगळ्यांना
अशी एक भली मोठी नाव घेतली पाहिजे तयार करून
म्हणजे रात्री बेरात्री चाल करून आला हिंस्र जमाव घरावर
तेव्हा सुरक्षित पोहचता येईल ह्या कागदी नावेतून दूरवर

सुरुवात

हे कसलं झाड आहे ?
ना पानं आहेत ना फळं
की पक्षीही बांधत नाही घरटं यावर

लाकूडतोड्यालाही न्यावंसं वाटत नाही तोडून कधी
तरीही हे झाड उभंय अजूनही जंगलाचं अविभाज्य अंग बनून

कोण घालतं पाणी त्याला पुन्हा पुन्हा?
नि कोण फवारतं पेस्टिसाईडस् दर ऋतूत न चुकताही

भविष्यात त्याच्या सावलीपासून मिळणार नाहीये
ओलावा
की चाखता येणार नाही चवही त्याच्या फळाची पुढच्या पिढीला

पक्ष्यांना ही गोष्ट कळली की नाही?
की त्यांच्यावरही फवारलंय कोणीतरी एव्हीसाईड्स

एव्हाना तर झाडाच्या बुंध्याजवळ
पांढऱ्या मुंग्या येऊन जमायला हव्या होत्या
त्यांना कशानं भुरळ घातली असेल
की साखर टाकली कोणीतरी त्यांच्या वाटेत?

तरीही हे झाड जगवण्याची
लाख कोशिश सुरू आहे गोपनीय
पुन्हा पुन्हा

बाया पाणी झाल्या आहेत काळंशार

आधी त्या मोजक्याच दोन चार होत्या
कोंडाळं करून बसल्या होत्या कोपऱ्यात
कुजबुजत होत्या आपसात

ते खूप होते विखरून सर्वत्र
मोठमोठ्यानं बोलत होते आपसात
त्यांचा आवाज दुरूनही सहज ऐकू येत होता

हळूहळू माणसं कंटाळलीत
काही अवघडून निघून गेलीत बाहेर
काही तुरळक मागं उरलीत
शेवटी सुस्तावून बसून राहिलीत कोपऱ्यात
काही जगण्यामरण्याविषयी बोलत राहिलीत आपसात
काही पीकपाण्याविषयी चिंता करीत राहिलीत

हळूहळू कोंडाळं करून बसलेल्या
बायांचा घोळका वाढत गेला एकापाठोपाठ
कुठून कुठून एक एक करीत बाया
साड्यालुगड्यात पिशव्या घेऊन आत येत गेल्यात

नदीला अचानक पूर यावा तसा
बायांचा हळूहळू पूर येत गेला
नि जिकडं जागा मिळेल तिकडं
त्या सर्वत्र व्यापून गेल्यात

कुणीतरी त्यांना जगण्यामरण्याविषयी सांगणार होते
कोसळलेल्या अवघड संकटातून बाहेर पडण्यासाठी
दाखवणार होते त्यांना संकटकालीन मार्ग

आता त्या पहिल्यापेक्षाही जास्त वाढत गेल्या
नि त्यांचा परीघही हळूहळू विस्तारत गेला

आताही त्या काहीच बोलत नव्हत्या कुणाशीही
ओठांवर बोटं ठेवून नुस्त्याच बसून राहिल्यात

दुरूनही जरी या बायांकडं पाहिलं तरी
कोरड्या नदीला अचानक पूर यावा
तसा त्यांच्यातून अचानक पाण्याचा
खळखळ आवाज ऐकू येत आहे
नि या परिसरात पाणीच पाणी होऊन जाईल
अशी परिस्थिती निर्माण झाली आहे बिकट

थोड्याच वेळात पाण्याचा वेढा पडून
सगळं आसमंत वाहून जाईल
असं दृश्य निर्माण झालं आहे

आता बाया जवळूनही बाया वाटत नाहीत
त्या पाणी झाल्या आहेत काळंशार
कधीही दृष्टीस न पडणारं

पेशी

बायांना निव्वळ समजलं तरी समजून घेतात त्या
त्यांना जे समजायचं ते
सैरभैर होतात सावरतात तडक निघतात
नि गाठतात गाव
जे कोणी एकेकाळी पडलेलं असतं
गळून डोळ्यांच्या पापण्यांतून

गावाची शीव दिसू लागताच हंबरडा फोडतात
जड पावलांनी ओलांडतात उंबरठा
नि जाऊन कोसळतात थेट एखादीच्या गळ्यात
आठवणी काढून रिचवतात घडेच्या घडे
मुसमुसतात अबोल होतात थोड्याच वेळात
आतल्या आत कोसळू देतात स्वत:ला

एकमेकींना आधार देतात
पार्थिवाकडं भरल्या डोळ्यांनी पाहत राहतात
आणि पुन्हा एखादी बाई आली दूरवरून की
कशोशीनं दाबून ठेवलेला उमाळा फुटू देऊन
आक्रोश करतात देवाला नावं ठेवत राहतात

कुणी ओरडलं चिडलं दमदाटी केली की
एकमेकींच्या गळ्यातून अनिच्छेनं विलग होतात
पुन्हा पार्थिव उठताना एकच कल्लोळ करतात
तडफडून सारं घर डोक्यावर घेतात

एकमेकीच्या आधारानं उठून उभ्या राहतात
डोळ्यांना पाणी लावून जड अंत:करणानं
दिवा लावतात चूल पेटवून सगळ्यांना खाऊ पिऊ घालतात
नि सगळे झोपी गेल्यावर पुन्हा घोळका करून
अख्खी रात्र भिजक्या डोळ्यांनी पिंजून काढतात

कुणी समजवायाच्या आधीच समजतात
सकाळीच उठतात सडा सारवण करतात
डोईवर पदर घेऊन परसातल्या वेलींना
पाणी घालून हात जोडतात झालं गेलं विसरून
नि पुन्हा रांधण्यासाठी आपसूक तयार होतात

बायांनो अशा कोणत्या पेशी
विभागून गेल्या असतील तुमच्या शरीरात
आमच्यातून विलग होताना
ज्या तुम्हाला कायम बळ देत राहतात
हा दु:खाचा चिरंतन पहाड पार करण्यासाठी?

सांगण्यासारखं काय आहे आपल्याजवळ

सांगण्यासारखं काय आहे आपल्याजवळ?

जे सांगता येईल भाषेशिवाय प्रतिमाप्रतिकांशिवाय
व्यक्त होता येईल साध्या शब्दांनी किंवा डोळ्यांनी

म्हणजे एखाद्या माणसाच्या मनातलं दु:ख
काढून दाखवता येईल भाषेशिवाय तळहातावर?

किंवा एकाच ठिकाणी रुतून पडलेल्या पहाडाची
करता येईल सुटका कायमची जमिनीपासून?

म्हणजे भूमीला भरू देता येतील वर्षे विश्रांतीची
एवढी वर्षे ओसाड न ठेवल्याची?

किंवा उपभोगू देता येईल तिला विसाव्याचा आनंद
कोणत्याही भाषेशिवाय?

खरं तर आपण जे व्यक्त करतो भाषेतून
त्याही पलीकडे उरलेलं असतंच काहीतरी

समजा आपण आभाळाला जमीन म्हटलं नि जमिनीला आभाळ
तरी फरक थोडाच पडणार असतो त्यांच्या अस्तित्वात

म्हणजे खरं तर तो केवळ उच्चार असतो
आपण भाषेच्या साहाय्यानं व्यक्त केलेला

समजा आपण पाहतो एखाद्या चित्रात जे
तर त्यात ते असतंच असंही नाही होत

म्हणजे एखादं चित्र हे निव्वळ
बटाटे खाणाऱ्यांचं चित्र नसतंच मुळात

नि त्या चित्रात नसते दाखविलेली भूक
ती तर कायम असतेच समस्त पोटॅटो इटर्सच्या डोळ्यांत

खरं तर आपण जे पाहतो उघड्या डोळ्यांनी सभोवार
ते तर आपल्याला अजूनही व्यक्त करता आलेलं नाहीये भाषेशिवाय

सांगण्यासारखं काय आहे आपल्याजवळ
की जे सांगता येईल भाषेशिवाय?

काहीच नव्हतं करायला म्हणून

काहीच नव्हतं करायला म्हणून सकाळी
सगळी अक्षरं घेतली ठोकठाक करायला

यातली खूपशी गंजलेली होती तर काही चेपलेली
काही तुटली होती तर काही दबून गुदमरली होती
काही काळपट होऊन निपचीत पडून होती तक्त्यात

तसं म्हटलं तर या सगळ्या अक्षरांना ठोकून खलबत्यात
करता आला असता लगदा पुन्हा पुन्हा
नि पुरता आला असता झाडांच्या बुंध्यापाशी
पुन्हा उगवून वर येण्यासाठी

पण का कोण जाणे यावेळी मला तसं
करावसं वाटलं नाही मुळातून
उलट सगळ्या अक्षरांना धुऊन घेतलं
नि पुसून स्वच्छ वाळत टाकलं उन्हात

काहींना काना देऊन त्यांच्या माना वर केल्या ताठ
जे दीर्घ होते त्यांना ऱ्हस्व केलं
काहींना वेलांट्या घालून आपापल्या गावी वाटी लावलं
काहींना अनुस्वार देऊन हवेवर स्वार होऊ दिलं
तरीही काही उरलीच मुळं उखडलेली
त्यांना एकापुढं एक मांडून जुळवाजुळव करतोय

आणि आता मी उलगडू पाहतोय या सगळ्या शब्दांचा अर्थ
जो मला कुठंच सापडता सापडत नाहीये

अजूनही

अजूनही झाडानं गिळलं नाही सावलीत झोपलेल्या दुःखी माणसाला
की पृथ्वीची बरगडी फोडून खाल्ली नाही भुकेलेल्या माणसानं
रेल्वेने पळवून नेलं नाही रस्त्यावरचं एखादं अनोळखी स्टेशन

अजूनही एखाद्या आईनं फोडणी दिली नाही त्रासून बाळाला
की दुःखाचे हादरे मोजण्यासाठी शोधता आलं नाही भूमापक माणसाला
उंबराला उमलून आलेलं फूल पाहता आलं नाही कुण्याही गरीबाला

अजूनही सूर्यानं मोकळं केलं नाही गुरुत्वाकर्षणातून पृथ्वीला
की भुकेनं सोडला नाही पिच्छा सृष्टीतल्या कोणत्याही जिवाचा
मातीनं गिळून टाकलं नाही उदरातून जन्माला आलेलं काटेरी निवडुंग

अजूनही चौऱ्याऐंशी लक्ष योनींच्या फेऱ्यातून मुक्त झाला नाही माणूस
की जंगलातील झाडं चाल करून आली नाहीत गावातील घरांवर
कोणत्याही कवीला उखडून फेकता आलेली नाही जर्जर झालेली इमारत

अजूनही दुभंगून मोकळं होता आलं नाही उद्वेगातून माणसाला
की पायाखाली चिरडल्या गेल्या तरी मुंग्यांनी चढवला नाही हल्ला माणसांवर
नि बिनशेपटीच्या माकडाला तर गिळता आलं नाही सूर्याला अजूनही

अजूनही अंगठा कापून घेतलेल्या हातावर उगवला नाही अंगठा
की कपाळावरची जखम भरून आली नाही दारोदार भटकूनही
कागदी नावेतून पार करता आली नाही माणसाला दुःखाची नदी

अजूनही कावळ्याला कळू दिलेलं नाही डोळा फोडण्याचं कारण
की कोऱ्या पत्रातील मजकुराचा अर्थ कळू दिला नाही विद्वज्जनांनी
शेषानं थकून कलंडून टाकली नाही शिरावर तोलून धरलेली पृथ्वी

म्हणजे शक्यताय, अजूनही पृथ्वीवर खूप काही घडू शकण्याची

एका माणसाच्या स्वप्नात येतेय सायकल

आता या शेवटच्या दृश्यात शेवटची ट्रेन येईल धडधडत
धडधडत उतरतील एकापाठोपाठ एकेक उरलेले प्रवाशी
उतरलेल्या दृश्यातही सगळेच असतील आतुर परतून जाण्यासाठी

शेवटच्या दृश्यातून तोही उतरेल थरथरत
घरी जाण्याचा रस्ताच आठवायचा नसल्याने
तोही अडकलेला असेल कायमचा या दृश्यात

अडकलेल्या दृश्यात त्याला अडकवून टाकायचे आहेत
किरकोळ माणसांच्या किंकाळ्यांचे आवाज
रंगवून टाकायचं आहे त्याला सगळं दृश्य लालभडक रंगानं

त्याच्या आत अडकून पडलेल्या या एकुलत्या एका दृश्यात
त्याला साक्षात पाहू द्यायचा नाहीये कुणालाही उद्याचा दिवस
की परतूनही जाऊ द्यायचं नाहीये कुणालाही घरी सुखरूप

त्याच्या स्वप्नात येतेय सायकल सारखी सारखी जुनाट
जी अस्ते बेवारस उभी रस्त्याच्या कोणत्याही कडेला
नि त्यावर अडकून पडलेले असतात अनेकांचे जीव

कुणालाही दिसू न शकणाऱ्या या स्वप्नातल्या भयानक दृश्यात
न दिसणाऱ्या घड्याळात आठ अठ्ठेचाळीसची वेळ झाली की
सगळ्याच दृश्यांचा खच पडेल मंदिरात वा मस्जिदीत किंवा स्टेशनात

आणि अडकून पडलेल्या या दृश्यात
त्याचा मागमूसही उरलेला असणार नाहीये यत्किंचितही
केवळ एका जुनाट सायकलचे जळून खाक झालेले अवयव
विखरून पडलेले असतील रस्त्यावर विव्हळत

परतण्यासाठी एकही बस नाहीये

प्रचंड गर्दी उसळलीय बसस्थानकावर
लोंढेच्या लोंढे येतायेत एकामागून एक
प्रचंड घाबरलेले लोक पळताहेत
बसमध्ये जागा मिळवण्यासाठी

फतवा काढला गेलाय हे शहर तत्काळ सोडण्याचा
परत जा आपापल्या गावी म्हणून विनाविलंब
नि ते गाव तर त्यांनी केव्हाचंच सोडलेलं असतं पार पूर्वजांपासून

काही तर विसरलेले असतात आपलं मूळ गाव शहर जिल्हा प्रदेश
नि या शहरालाच आपलं घरदार समजून जगत राहतात निमूट
आजवर तर त्यांना कुणीचं अडवलं नव्हतं इथं
की परकं म्हणून हिणवलंही नव्हतं राजरोस कधीही
मग कुणी काढलाय हा फतवा अचानक
की जो तो पळत सुटलाय जीव मुठीत धरून

चारी बाजूंनी येताहेत लोंढेच्या लोंढे एकापाठोपाठ
हाती लागतील त्या वस्तू पेट्या सुटकेसी भांडीकुंडी पोती
डोक्यापाठीवर घेऊन येताहेत एकामागून एक

अफवा पसरवल्या जात आहेत सगळीकडूनच
या मुळं तुटलेल्यांना परतण्यासाठी
आणि एकही बस सुटणार नाहीये त्यांच्या गावाला
हे ऐकून तर प्रचंड हादरून गेलेहेत मुळापासून सगळेच

बसस्थानकात लावलेल्या टीव्हीच्या सगळ्या न्यूज चॅनलवरून
वारंवार प्रसारित केल्या जात आहे तेच तेच दृश्य
घरातून टॅक्सीतून दुकानातून
जिथं तिथं सापडतील तिथून
हुडकून मारझोड करून पिटाळतानाचं दृश्य

आणि या बसस्थानकावरून परतण्यासाठी
तर एकही बस नाहीये उभी प्रतीक्षेत प्रवाशांच्या
नि माणसांचे लोंढे तर एकसारखे येताहेत सगळीकडून बसस्थानकात !

एक तीळ आणि सात मित्रांची गोष्ट

काहीच नव्हतं कुणाच्याच जवळ : ना जमिनीचा तुकडा होता : ना तीळ सापडला होता कुणाला : फक्त एक ओघळ वाहत होता : सगळ्यांच्या आतून : निर्मळ

कवितेनं केलं नव्हतं कुरूप कुणाच्याही पायात : की उगवली नव्हती बेंबीतून : गूढ कथेची काटेरी फांदी : निव्वळ एक अभंग ओवी होती : सगळ्यांच्या गळ्यात गुंफलेली

एक गोसाव्याचं पोर होतं : दत्तक म्हणून पदरात पडला होता त्याच्या : नाटकासाठी : तालीमखाना

दुसरा होता : माय मेल्यावर बापाच्या हॉस्टेलात : सावत्र म्हणून : भाकरी थापत : वाढलेला

तिसरा होता : नाजूक : हळवा : स्वप्नाळू : गुळासारखा गोड : चिमणीचं काळीज घेऊनच : जन्माला आला असावा : म्हटलं तर

चौथा तर होता : विरळाच : यज्ञोपवित खुंटीला टांगून : ताटीचं फाटक : सताड उघडं ठेवून : काहीही कवेत घेणारा

पाचवा तर पत्रासारखा : पोस्टाच्या बॅगेतून येऊन विसावला : एवढ्याशा मजकुरासह : विनातक्रार : मोहर न उमटविता : जगत : स्वत:चंच आतडं कुरतडणारा

सहाव्यानं तर : काहीच तसदी घेतली नाही : त्रिकाळाची : भणंग होऊन भटकला : पीरबाबांकडं : परागंदा होण्याची : वाट पाहत

सातवा म्हटलं तर होता : एक शाळा मास्तर : किंवा टेलिफोन ऑपरेटर : किंवा तुमच्यामाझ्यासारखा : कुणीही एक : म्हणजे झाडाला फुटलेलं: शेवटाचं पान :

म्हणा हवं तर : किंवा शेवटाचा बस स्टॉप : किंवा जखमेवर माश्या मारण्यासाठी : शरीरावर उगवलेलं शेपूटच : म्हणा हवं तर : सातव्याला : जे येऊन चिकटलं होतं : वरच्या सगळ्यांना : नकळत त्यांच्याही

म्हटलं तर साताच : एक झाडचं होतं : वडाचं : ज्याच्यातून पारंब्या उगवून : गच्च होते : उभे : महापुरातही

पण एके दिसी : एके डोळसूने : तयास दाविला एकु हस्ति : पावो देखिला तो म्हणे मी खांबासारिखा : सोंड देखिली तो म्हणे मी मुसळासारिखा : कानु देखिला तो म्हणे मी सुपासारिखा : पाठि देखिली तो म्हणे मी भिंतीसारिखा : पोट देखिले तो म्हणे मी कोथळेयासारिखा : पुंस देखिले तो म्हणे मी खरोटेयासारिखा

तवां डोळसू म्हणें आगा ए ; हा एकु एकु अवयेउ होय : एकएकाचा : अलगअलग वळख : असे सगळ्यांना : मग एकाएकी सगळ्यांच्या मनी : प्रकटला भेद : जो तो म्हणती : मी मोठा : मी मोठा : अन् मग सगळ्यांच्या आत : वाढिले कुरूप : भेदाचे

आता सगळेच : आपआपल्या पायाखालच्या तुकड्यावर सांगताहेत हक्क : नि चिमूटभर माती द्यायलाही : कुणी होत नाहीयेत तयार

मग आता तीळ सापडून तरी : काय उपयोग : आणि एक तीळ सगळ्यांनी वाटून खाल्ला : ही गोष्ट धादांत असत्य असूनही कितीक दिवस : आपण सांगणार आहोत : आपापल्या मुलाबाळांना सदैव

फार वर्षांपूर्वी घडलेली गोष्ट नाहीये ही

फार फार वर्षांपूर्वी घडलेली गोष्ट नाहीये ही
अगदी आता आता आहे घडलेली

सगळेच चिकटून होते एकमेकांच्या आतड्याला
नुसतेच चिकटून नव्हते तर आधारही देत राहायचे जगण्याला
आणि मिळायचे बळ पायांना चालण्यासाठी

मुंगीलाही शिरायला
वाव ठेवला नव्हता कुणीच
एवढे टाईट होते कंपार्टमेंट प्रत्येकाचे

वेळप्रसंगी एकमेकांच्या आतड्याला
पीळ पडला तरी
मोकळं करायला पुढं यायचे हात सगळेच

भराभर यायचे चालून कुणाचेही पाय
राहायचे उभे वेळोवेळी
लटपटणाऱ्या दुखऱ्या पायांशेजारी

कुणाच्याही चपला कुणी घातल्या तरी
कुणाच्याही पायाची नसायची तक्रार
एवढ्या सहज होत्या चपला सगळ्यांच्या

कुणाचाही शर्ट कुणाचीही पॅन्ट
कुणीही अंगात घालून मिरवला तरी
दडपून जात नव्हती छाती कुणाचीच

परकी नसायची सातरी कुणाच्याही घरची
नसायची भाकर परकी भुकेसाठी दुरडीतली
अस्पृश्य नसायचं पाणी माठातलं कुणाच्याही

पोरांना काका होते मामा होते
बायकांना कृष्णासारखा भाऊ होता रक्षणासाठी
घरांना घरांची सोबत असायची शेजाऱ्यांसारखी

मैत्रीबैत्री असल्या तकलादू शब्दांच्या
पलीकडे होती पुरून
एक काहीतरी गोष्ट सगळ्यांच्या आत

कुणालाच कळलं नाही
की जाणवलं नाही कुणालाही
अचानक कसा पीळ पडला आतड्यांना

आता स्वत:च्या चपलाही चावत राहतात पायांना
आणि कपडेही घट्ट व्हायला लागलेत स्वत:चेच स्वत:ला

भिंतीवरच्या खिळ्यांनाही असह्य होताहेत ताण कपड्यांचे
ताटातली भाकर मोडताना थरथरताहेत बोटं हातांची

बद्ध करून ठेवलेला कली
कुणी सोडलाय मोकाट
आणि शिरला केव्हा डोक्यात बेमालूम?

विटांवर विटा रचून वाढवल्या जात आहे घरांची उंची
आणि आता तर प्रत्येकांच्या शरीरातूनच
काहीतरी सडल्याचा कुबट वास येऊ लागलाय

आतल्या आत काहीतरी चाललंय सडत
चपलाही चावताहेत पायांच्या अंगठ्यांना
दारं खिडक्या मिटून घेताहेत पापण्या घराच्या

एवढ्याश्या फटीतून कुणीही डोकावणार नाही घरात
याचीही दक्षता घेतली जात आहे सर्वांकडूनच
आणि आता तर माझ्याही शरीरातून
येऊ लागलाय काहीतरी कुजल्याचा वास

अरुण काका, तुम्हाला म्हणून सांगतोय
असंच काहीतरी होत चाललंय राव माणसांचं

केव्हातरी उघडेलच हे आभाळाचं निद्रिस्त झाकण

१.

चल ऊठ पहाट झाली आळस झटक सूर्य खिडकीत आला पंख्याची घरघर थांबव त्याला आराम करू दे एखादी भूपाळी लाव मधुर सुरांना कान मिळू दे दार ढकलत असेल वर्तमान दार उघड हेड लाईन्स वाच फक्त मनावर ताबा ठेवून दुधाची पिशवी असेल चहासाठी त्रस्त उचल फ्रीज गारठून गेला असेल थंडीनं त्याला थोडी ऊब दे थंडावा टिकवण्यासाठी

२.

पोरांना शाळेत जायचं असेल घाई कर बायको उठली असेल केव्हाची तिला मिठीत घे थोडं नंतर उसंत मिळणार नाही दिवसभर तिला आणि तुलाही तू तिच्या केसांत बोटं फिरव तिलाही फिरवू दे तुझ्या केसांत मग टेकव ओठ आसुसलेले तिच्या आसुसलेल्या ओठांवर घेऊ दे तिला थोडे आढेवेढे मग आटप दिवसभरासाठी

३.

जा संडासात जा त्याला भूक लागली असेल सिगारेट फुलव मार एकदोन दम कुंथत रहा फ्लॅश उघड तहान भागू दे त्याची बाहेर ये सत्वर ब्रश वाट पाहत असेल दातांची त्याला पेस्टन भरव मग त्याचं अगं घास दातानं बॉश बेसीनवर आरसा असेल ताटकळत लटकलेला त्याला तुझे डोळे हवेत चेहरा पाहण्यासाठी त्याला पाहू दे त्याचा चेहरा डोळाभरून तुझी ओळख न विसरण्यासाठी

४.

शेव्हिंग किट उघड ब्लेड आहे रॅपरमध्ये कोरं करकरीत थोडं रक्त हवंय त्याला तुझ्या गालाचं ब्रश काढ लाव क्रीम त्याला घोटू दे शुभ्र फेस गालावर रेझरला उबग आलाय एकांताचा त्याला साथ हवी ब्लेडची गळाभेट होऊ दे त्यांची मग खुशाल खुडू दे खुंट तुझ्या दाढीचे कात्रीला बळी हवाय मिशीतल्या एकुलत्या एक पांढऱ्या केसाचा तिला बळी दे तृप्त होईल ती मग माग पाहिजे तो वर तिला दिवसभर कात्रीत न अडकण्यासाठी

५.

एव्हाना तोंड उघडले असेल तोंडानं भूक लागली असेल पोटाला सगळे ब्रेड बटर जाम चहा कॉफी आमलेट मसाला दोसा वडा सांबार इडली वडा शिरा पोहे उपमा वगैरे उभे असतील रांगेनं आज ज्याचा असेल नंबर ढकल त्याला तोंडात लवकर भुकेचे हात ओढून घेतील सावकाश नको चिंता तुला त्याची सवयीनं सगळेच फडशा पाडून घेतील स्वत:चा तुझी सुटका होण्याआधी

६.

बाथरूम उभी स्वागतासाठी केव्हाचीच वाट पाहत घूस आत हो उघडाबंब पाहू दे डोळाभरून टाईल्सना तुझा नागडा देह नळात हिरमुसलेलं पाणी खळखळ वाहण्यासाठी कर चालू बोचरा नळ लदबदलेला साबण उडी मारेल टुणकन हातात तुझ्या अधाशासारखा घासाघीस करील तो तुझ्या अंगाशी आणि सगळीकडे पसरून जाईल फुलपाखरासारखा टॉवेल करेल चाळा चाळीशीत शिथिल झालेल्या इंद्रियाशी तू आठवशील विशीतले मुसमुसलेले दिवस आपसूकच तुझ्या बोटांच्या होतील कळ्या थोडी उठेल सळसळ शरीरातून दिवसभरासाठी

७.

डोक्याचा एकही केस पांढरा झालं नाही म्हणून फुलून जाऊ नकोस फुलासारखा कंगव्याला माहीत पडलं तर नांगरून टाकेल अख्खं डोकं तेव्हा जरा जपून केस विंचर कपड्यांना सैलपणाची होऊ देऊ नको जाणीव नाहीतर देह झटकून भिरकावतील तुला अंगातून घड्याळाचे काटेही टपून बसलेत तुझ्या टायमावर घड्याळ नाही मनगटाला म्हणून बरंय नाहीतर केव्हाच गिळलं असतं तुझं मनगट या गावातलं अन्न संपण्यापूर्वी ढकल पोटात दोन चार घास अन्न फार वेळ वाट पाहत नाही कुणाची भूक विखरून पडली आहे सर्वत्र या पृथ्वीवर हे लक्षात ठेव फडशा पाडण्याआधी

८.

बाहेर भटकणं तुझी पाहतंय वाट चल आटप चपलांना मिळू दे पाय त्यांना कुठं असतो आराम अख्ख्या दिवसाचं पातं भिरंगत ठेवतं तुला कुठं कुठं या शहरातून त्या शहराच्या नसानसांत या रस्त्यावरून त्या रस्त्याच्या धारदार दोरांवर या चौकातून

त्या कॉलनीतल्या किंवा ऑफिसाऑफिसातल्या करवतीवर कधी रुसून बसत नाहीत बिचाऱ्या पॉलिशसाठी की अंग दुखण्याची तक्रार करीत नाहीत कोणाकडं मूकपणे झिजतात तुला काय वाटतं चपलांनाच हवा असतो आधार माथा ठणकत असला तरी सगळा देह तोलून धरतात दिवसरात्र पावलांचा बिनचपलांनी थोडी तुडवून दाखव पृथ्वी बघ कसे काटे विखुरलेले असतात सगळीकडे पायात तुझ्या खुडण्यासाठी बाहेर काळ मोठा कठीण आहे टपून तुझ्यावर कुरतडून टाकेल तुझे दोन्ही पाय तेव्हा मान चपलांचे आभार आणि असू दे सोबत ढाल तिची पुढच्या प्रवासासाठी

९.

मार किक आणि सुरू कर तुझं इंजिन वाटेत कुठंही टाकता येईल पोटात फ्युएल घर सोडताना पाहून घे डोळाभर घर दार खिडक्या टीव्ही फ्रीज गॅस सिलेंडर खुर्च्या टेबलं पुस्तकं सोफासेट कपडेलत्ते अंथरूण पांघरूण काळपट पडलेले भिंतीचे रंग साठवू दे आरश्याला तुझी ओळख घे हसून भिंतीवर लटकलेल्या पोरांच्या फोटोसाठी हलव हात खिडकीला ज्यातून हलवते बायको हात तुझ्या परतीसाठी खुळखुळू दे चिल्लर पाकिटात मोबाईलमध्ये असू दे मित्रांचे मोजके नंबर संकटकाळी हेच येतात धावून नातेवाईकांपेक्षा खिशाला होऊ दे थोडा भार ओळखपत्राचा नावानिशी मग खुशाल मिसळ गर्दीत हरवलास तर ओळखपत्र असेलच तुला परत ओळखण्यासाठी

१०.

तू जिथं शोधतोस अन्न ती जागा नसेल तुझ्या हक्काची खुर्ची आहे तोवर घालतात पिंगा सगळे भुंगे पुढ्यातलं टेबल देईल की आधार तुझ्या लटपटणाऱ्या पेनाला टेबलावर तिष्ठत आहेत मुंग्या किती घाल साखर त्यांच्या तोंडी नाहीतर घालतील पाली पानापानांतून अंडी भिंती आहेतच त्यांना गोकळ्या सरपटण्यासाठी भोवतीचे सगळे रस्ते नेतील वाहून तुझी गाडी असतील खिळे काही मधेमधे विखुरलेले करतील पंक्चर तुझे टायर रस्त्यात ब्रेकडाऊन होशील जोवर इंजिनात आहे धुगधुगी तोवर पळव इंजिन भगभग रहदारीचे रूल्स नाहीतर आवळतील फास तुझ्यागळ्याभोवती ट्रॅफिक आयलंड ठेवील घुमत तेव्हा तोड थोड्या ह्या रहदारीच्या दोऱ्या तुझी सहीसलामत सुटका होण्यासाठी

११.

फिरून फिरून दमली असेल पृथ्वी थकून भागून आतुरलेला असेल दिवस रात्रीच्या कुशीत दडण्यासाठी रात्रीची करवत असेल सज्ज उरलंसुरलं संध्याकाळची शेपूट कापण्यासाठी तेव्हा गुंडाळून घे सारे अवयव आणि नीघ घराचं गुरुत्वाकर्षण ओढत नेईल तुला आपोआप नकाशावरचा कोणताही रस्ता निवड नेईल तुला दावणीपर्यंत पृथ्वी गोल आहे भटकवून भटकवून ठेवील आणून मुळापाशी तुझ्या चपला देतील वर्दी दारावरच्या घंटीला आपसूकच ओढून घेईल घर आत तुला दिवसभर वाट पाहत असलेलं दार मिटून घेईल साऱ्या पाकळ्या सगळे असतील तयार संडास, बाथरूम, सोफा, टीव्ही, फ्रीज, गॅस, शेगडी, होमवर्क, पुस्तकं, आरसा, सगळ्यांनाच झालेली असेल घाई तुझ्या येण्याची सगळेच करतील एकजात गोंधळ येतील सारेच धावून अंगाखांद्यावर तुझ्याशी खेळण्यासाठी

१२.

सगळ्यांनाच झोपायची झाली असेल घाई सगळेच उतरवतील कपडे अंगातून सगळेच नागडे होऊन शिरतील आपापल्या पेटाऱ्यात सगळ्यांनाच पाहायची असतील स्वप्नं पऱ्यांची झोपही मुलांना घेईल आपल्या कुशीत किचनही थकूनभाकून अस्ताव्यस्त पहुडलं असेल उरल्यासुरल्या अन्नाशेजारी पडदेही लगट करतील खिडक्यांशी दिवसभराचा थकलेला आराम पडेल येऊन बिछान्यावर रिमोटच्या तावडीतून सुटू पाहील टीव्ही एकानंतर एक चॅनल्स येऊन पडतील डोळ्यांत कोणतेही चॅनल तुला फिरवून आणणार नाही ब्रह्मांडातून सगळेच ढगांसारखे तरंगतील तुझ्या भोवती सवयीनं संभोगही असेल ताटकळत टाक उरकून म्हणजे अंतर्वस्त्रांना मिळेल ऊब मिटव ट्यूबलाईटचे डोळे कोवळे निथळू दे सर्वत्र खचाखच काळोख

दिवसभराच्या या सगळ्यांवर ठेव भलं मोठं झाकण आणि हो निद्रिस्त दुमडून हात डोक्याखाली कुणीतरी केव्हातरी उघडेलच हे आभाळाचं निद्रिस्त झाकण…
तुला मार्गस्थ होण्यासाठी

भुकेला दिला असता पर्याय तर

भुकेला दिला असता पर्याय
तर भटकलो नसतो अन्नासाठी

पृथ्वीच्या कोपऱ्याकोपऱ्यात
मिळू नये सहजासहजी अन्न कुणालाही
म्हणून टाकलंस विखरून सर्वत्र

हे माझ्या भुकेच्या देवा
भटकण्यासाठी पायात बळ दे
पुरव मुबलक अन्न भुकेनंतर
नि पाज पाणी ओंजळीनं

जिवंत असण्यासाठी
फुंकत रहा देहात प्राणवायू
नि असू दे जमिनीचा इंचभर तुकडा
पृथ्वी भटकून आल्यावर
पाठ टेकवण्यासाठी

१.
पाय फुटले देहाला की भटकणं येतंच सगळ्यांच्या नशिबी कुणी चिकटून राहत नाही एका जागेवर पोटातून भुकेचे डोंब उसळू लागल्यावर ही सगळी पृथ्वीच पडते अपुरी

२.
भुकेला पर्यायच दिला नाही देवानं भूक लागली की अन्न मिळालंच पाहिजे म्हणून सगळेच भटकतात पृथ्वीच्या कोपऱ्याकोपऱ्यात आणि शोधत राहतात आपलं अन्न

३.

सकाळी झोपेतून जाग आली की भूक लागते पोटाला म्हणून सगळेच सोडतात आपापलं घर भटकतात वणवण अन्नासाठी सर्वत्र अन्नाच्या खाणी नाहीत कुठंही नाहीतर उठविली असती सगळ्यांनी झुंबड पळवलं असतं अन्न हातोहात अन्नाचं पेव केलं असतं घरात भूक लागल्यावर खाल्लं असतं अन्न थोडंथोडं सहजासहजी सापडतच नाही अन्न म्हणूनच भटकताहेत सगळेच पृथ्वीभर.

४.

सकाळपासून घर सोडलं आपण की सुरक्षित येईल परतून याची नसते घराला खात्री म्हणून वाटेवर डोळे लावून बसलेलं असतं घर दिवसभर विखुरलेलं अन्न कणकण गोळा करून जेव्हा आपण परतून येतो घरी संध्याकाळी तेव्हा डोअर बेलवर बोट ठेवण्याआधीच उघडतं घर आपली पाकळी आणि घेतं आवेगानं मिठीत सगळ्या वस्तू फेर धरून नाचू लागतात सभोवती अख्खं घरच डोलायला लागतं आनंदानं

५.

टाईल्सवर पडताच पाय आपले उमलून येते नक्षी सर्वत्र आणि अंथरते अख्खे तारांगण थकलेल्या पायाखाली घरात दिवसभर अस्वस्थ येरझरा घालणारी भीती येऊन विसावते आपल्या कपाळावर चंद्रकोरीसारखी शेपूट हलवत नि:शब्दता पिंगा घालते सभोवती घराच्या भिंती घेतात चाचपून आपल्या शरीरातील हाडं छातीतील बरगड्या आहेत शाबूत म्हणून नि:श्वास सोडतात खिडक्या पाठीचा कणा निरखून अवघं घरच राहतं उभं ताठपणे मनाच्या खोल तळाशी डुबकी घेऊन वर येते कळशी अन देते दवंडी आपण शाबूत असल्याची घरातील प्रत्येक वस्तू येऊन बिलगते पायाला कुणी बसतं आपल्या कडेवर कुणी आपल्या ओठांचं चुंबन घेतं कुणी खांद्यावर घामानं लदबदलेले कपडे उतरवून घेते भिंतीवरची खुंटी आणि अधिकच होत जाते भिंतीत बळकट आपल्या मनावरचं ओझं उतरवून करते मोकळं वेदनेतून

६.

बाथरूमला तर आधीपासून आलेलं असतं उधाण आनंदाचं बोट धरून ती घेते आपल्याला आपल्या कुशीत शॉवरच्या ढगातून बरसू लागतात पावसाच्या सरीवर

सरी भिजवितात सर्वांग आपण मिटतो देहाची छत्री आणि गळू देतो मनाच्या भुयारात अखंड धारा आपल्या इच्छांचे बनतात मासे रंगीबेरंगी पोहत राहतात सगळीकडे निळसर समुद्रात शीण गळून

७.

बाथरूमच्या बेंबीतून जेव्हा आपण उगवून पडतो बाहेर तेव्हा फुटतात पानं कोवळी आपल्या सर्वांगाला कपाटात विसावलेले कपडे आपोआपच वाहत येतात वाऱ्याच्या झुळकीबरोबर चढवतात उबदार हिरवा देह आपल्यावर पुरवतात नव्याची ऊब छताला लटकवलेला बल्ब सांडतो प्रकाश कोवळ्या रोपट्यावर आरशाला पाय फुटून चालत येतो तो आपल्यासमोर न्याहाळतो त्याचं पारा उडून गेलेलं बिंब आपल्या डोळ्यांत त्याच्या डोळ्यांत प्रतिबिंबित झालेले आपण पाहून त्याच्यात हजारो प्रतिबिंब उमटत जातात तो इंद्रधनुष्य बनून उगवतो घरभर कंगवाही असतो बेचैन त्याच्या दातांची होतात अलवार बोटं फिरतात मायेनं हळुवार आपल्या पानापानांतून पाँडस् ड्रीमफ्लॉवर पावडरही पाहते स्वप्न करते परागकणांची उधळण आपल्या देहावर फुलांचा सुगंध घरभर पसरून आपल्या डोक्यात उमलतं एक उमलणारं फूल आणि आपण सांडत राहतो घरभर

८.

सोफा घेतो आवरून आपला पसारा आणि अंथरतो देह आपल्यासाठी लोड घेतो गांडीवर डोकं आपण पहुडतो शेषशायी विष्णूसारखे उशी चेपून देते थकलेले पाय रिमोट उडी घेतो आपल्या हातात दाबून घेतो बटणं आपल्या अंगावरची उघडून दाखवतो टीव्ही विराट दर्शन अवघ्या विश्वाचं पहुडल्या पहुडल्याच आपल्या दृष्टीस पडतं घर हॉल किचन बेडरूम त्यात अडकून पडलेल्या गाद्या कपाटं टेबलं खुर्च्या डबे बादल्या बाट्या पराती तवा पकड काटे चमचे शेगडी सिलिंडर कपडे पडदे भिंतीवर लटकलेल्या ताटकळलेल्या खुंट्या उभ्या राहून थकलेल्या भिंती आणि तारेच्या कुंपणात अडकलेलं अंगण आपण फिरवतो सगळ्यांवरून मायेनं हात तेव्हा सगळ्यांनाच येतं उचंबळून आतल्याआत फुटतो पाझर करुणेचा नि मग सगळ्या वस्तूंच्या तोंडात आपण भरवत राहतो अन्न दोन्ही हातांनी

९.

घरातील समई निघते उजळून आपोआपच पेटून अगरबत्ती दर्वळतो सुगंध घरभर एकाएकी उघडते खिडकी आपल्या मनाची हुबेहूब आपल्यासारखाच एक उभा राहतो आपल्यापुढं जो संकटकाळी येतो मदतीला धावून आपसूकच आपण होतो नतमस्तक त्याच्यापुढं आपल्या नकळत तो करतो आपल्या देहात प्रवेश गळून पडतो आपला देह घरात जमिनीवर समई राखते आपलं मृत शरीर आपल्या सर्वांगाला हजारो हात फुटतात डोक्यातून उगवतंय आणखी एक डोकं जे गोलगोल फिरून पाहू शकतं भिंतीच्या आरपार आपल्याला कळत नाहीये की आपण मेलेलो आहोत की जिवंत

भूक चिरंतन आहे या पृथ्वीवर

भूक चिरंतन आहे
आणि पोट असेस्तोवर ती नष्ट होणार नाहीये
समूळ या पृथ्वीवरून कधीही

म्हणजे अजून तरी या मातीतून
उगवलेला नाहीये भुकेला पर्याय

माझं पोट खूप मोठ्ठं होत चाललंय
नि लोंबकळतय जमिनीवर
त्यात पोकळी आहे नुस्तीच काळोखानं व्यापलेली
ज्यात भूक नावाची सनातन गोष्ट
पडलीय अडकून

खरं म्हणजे आता ह्या क्षणाला
मला खूप भूक लागली आहे

मला खूप भूक लागली आहे
जठराग्नीनं पेट घेतलाय पोटात
कित्येक शतकांपास्नं माझी पळवल्या जाते भाकर
मी कसाबसा जिवंत आहे मुळं मुठीत घेऊन
मला उपाशी ठेवलं गेलंय कित्येक दिवसांपास्नं
आणि आता ह्या क्षणाला मी
भुकेनं झालो आहे व्याकुळ

सगळ्या दऱ्याखोऱ्यांतून पृथ्वीच्या कोपऱ्यातून
एकलव्याच्या अंगठ्यातील ओघळणाऱ्या रक्तातून
शंबुकानं तपश्चर्या केल्याचं पाप म्हणून झालेल्या हत्येतून
खांडववनात सर्पसत्रात जाळलेल्या माझ्या वंशातून

गावकुसाबाहेरील वस्त्यावस्त्यांतून दडपलेल्या हुंकारातून
बंद पडलेल्या गिरण्यांतील कामगाराच्या निथळणाऱ्या घामातून
कबिराच्या दोह्यांत अडकून पडलेल्या दु:खातून
चोखोबाच्या समाधीत गाडलेल्या विद्रोहातून
दुष्काळात अन्नान्न करून मेलेल्या
तुकारामाच्या बायकोनं फोडलेल्या टाहोतून
इंद्रायणीत बुडवून टाकलेल्या अभंगाच्या वहीतून
पाताळातून विहिरीच्या तळातून
कुठल्या कुठल्या लोकांची भूक
येऊन भिडलीये माझ्या आतड्याला?

खरं म्हणजे आता ह्या क्षणाला
मला खूप भूक लागलेली आहे
आणि आता ही गोष्ट सगळ्याच गावाला माहीत पडली आहे

जो तो गावातून पळ काढू पाहतोय आपापल्या अन्नासकट
सगळ्या गावालाच माझी भीती वाटू लागली आहे
मी बाहेर पडलो की त्यांचा फडशा पाडणार म्हणून
मुळं तोडून पळू पाहताहेत भीतीच्या आकांतानं सगळ्या घरांच्या भिंती
मी त्यांना असा थोडाच सोडणारायं
त्यालाही गिळणारायं मी एका घासात

चौकात पोहचलो तर काय एक बस गच्च भरून
माणसांनी पळून चाललीयं सुसाट वेगाने
मी हातभर जीभ बाहेर काढून घातली तिच्यावर झडप
अन् फस्त करून टाकली तिला एका मिन्टात माणसांसकट
पण चतकोर तुकड्याशिवाय काहीही गेलंलं नाहीये पोटात
म्हणून मग मी अधिकच त्वेषानं रस्त्याच्या बाजूची झाडं
तग धरून मातीत रुतलेले इलेक्ट्रिकचे खांब
अधांतरी उभे राहिलेले मोबाईलचे टावर्स

पीडा सहन करत उभे सार्वजनिक दवाखाने
निर्दोष लोकांना डांबून ठेवणारी पोलिस स्टेशनं
कयामतच्या दिवसापर्यन्त न्यायासाठी तिष्ठत ठेवणाऱ्या कोर्टकचेऱ्या
बिल्डरांच्या घशात अडकून पडलेल्या सार्वजनिक बागा
धनदांडग्यांसाठी पायघड्या पसरणाऱ्या ह्या गावातील सगळ्या सडका
आमराई नदीचा डोह पिंपळाचा पार गावाकडचं शिवार
ह्या सगळ्यांना एका घासात टाकलंय गिळून
तरीही पोटाचा एक कोपराही भरलेला नाहीये अजून

खरं म्हणजे, मला खूप भूक लागली आहे

आणि शाळांना तर सुट्टी दिल्या गेलीये
नाही तर कोवळ्या पोरांचा पाडला असता मी फडशा
नि भागवता आली असती भूक थोडी फार

तर ही गोष्ट वाऱ्यासारखी पसरत चाललीय सगळीकडं
म्हणून प्रत्येक मायनं दडवून ठेवलीयेत पदराआड
आपापली पोरं आणि दाराला आतून कडी लावून
सगळ्याजणी माझा घेताहेत अदमास भेदरून

खरंच मला तर खूप भूक लागली आहे
आणि सर्वत्र शुकशुकाट पसरलायं
चौकाचौकात पुतळे तेवढे डोळे मिटून
करताहेत प्रार्थना आपापल्या सुटकेसाठी
आता मी गिळणारायं हे सगळे पुतळे
एकापाठोपाठ एकएक करीत

गांधी चौकात पहिल्यानं हातातील काठी उगारून पाहिली माझ्यावर
पण काठीतून नुस्ताच भुगा पडलाय जमिनीवर गळून
त्याला मी गिळून टाकलंय एका घासात

तर रक्ताचा एक थेंबही लागला नाही जिभेला
हाडं नुस्तीच पोखरलेली कॅल्शिअम नाहीये त्यात थोडंही

आंबेडकर चौकात दुसऱ्याला गिळायचंय काहीही करून
तर बोट उगारून मार्ग दाखवण्याच्या तयारीत
पण त्याला हे अजूनही कळलेलंच नाहीये की
जमावानं त्याची बोटं आधीच नेलीयेत खुडून
मग मी त्याच्यावर झडप मारून संपवून टाकलं एकदाचं

तिसरा तर मिटून डोळे उभाय माझ्यापुढं भिक्षापात्र घेऊन
मी म्हटलं अशानं थोडेच लोक टाकतील करुणा तुझ्या
पात्रात हे तुझं भिक्षापात्र ठेव तुझ्या चिवराआड लपवून
याचा काहीही उपयोग राहिलेला नाहीये या जगात
टाकलंच तर मांसच टाकतील पुन्हा डुकराचं उरलंसुरलं
पात्रात तुझ्या आणि ह्यानं थोडीच भागणारायं माझी भूक

तुझ्या या संगमरवरी देहाचा तरी काय उरलाय उपयोग
तू ज्या वस्त्यावस्त्यांतून रात्रंदिवस भटकतोस ना सारखा
घोकत की दुःख चिरंतन आहे आणि तृष्णा मूळ आहे
हा तुझा उपदेश तर ते केव्हाचेच गेल्येत विसरून सगळे

खरं म्हणजे मला खूप खूप भूक लागली आहे

खाण्यासाठी काही मिळतंय का म्हणून घेतोय सर्वत्र शोध
तर शिवाजी चौकात कुणीतरी चौथाच घोड्यावरून आलाय
सरसावून तलवार माझ्यापुढं पण त्याला हे माहीत नाहीये की
मला खूप भूक लागली आहे म्हणून त्यानं वार करायच्या आधीच
मी फाडलं त्याचं पोट माझ्या तीक्ष्ण वाघनख्यांनी

खरंच मला खूप भूक लागली आहे

हे पाहून झाडंही मुळं सोडून भीतीनं मरणाच्या
पळताहेत एकापाठोपाठ एक
सगळीकडं एकच गोंधळ उडालाय
आणि चौकाचौकांत झालंय ट्रॅफिक जॅम
चेंगराचेंगरी होऊन मरून पडताहेत कित्येक झाडं
रस्त्यावरची वाहनंही भीतीच्या आकांतानं उडताहेत आकाशात
मी तर हाती सापडेल त्याला चाललोय गिळत

खंरच मला खूप भूक लागली आहे

पोटात तर भुकेचा उसळलाय डोंब
आणि उरलेसुरले पुतळे कुठं झालेयत गायब
मंडईत तर दिसून येत नाहीयेत फुलंही

मंदिर मशिदी चर्च विहारांनी
गाडून घेतलंय जमिनीखाली स्वत:ला
नि कान लावून ऐकताहेत माझ्या पावलांचा आवाज

आणि या गावात तर चिटपाखरूही येत नाहीये दिसून
आकाशातून झेप घेऊन मी पोहचतो
दुसऱ्या मोठ्या शहरात
पाहतो काय तर लोकल ट्रेन
गच्च भरून माणसांनी परतून चाललीय वेगानं

ये माय ये ऽऽ
सगळ्यांनाच घेऊन ये
कुणालाच घरी परतू देणार नाहीये मी घराकडं

क्षुद्र माणसांनो आता कितीही करुणा भाका
आपल्या रद्दड आयुष्यासाठी आठवून घ्या आपापली जात
जी चिकटून गेली कायमची आतड्याला
आठवून पाहा आपापला धर्म जो किड्यासारखा
पोखरत चाललाय तुमच्या मेंदूतील पेशींना

आठवून पाहा आपापले खापरपणजोबा
ज्यांनी यज्ञात निष्कारण संहार केलाय निरपराध जीवांचा
आठवा आपापलं कूळ ज्यांनी सुईच्या अग्रावर मावेल
एवढ्या जमिनीच्या तुकड्यासाठी कपटानं घडवून आणलंय महाभारत
आठवा एकदा शेवटचं गाव आपापलं
जिथं माती तरी शुद्ध राहिली असणारंय काय

लटकलेल्यांसकट उबगलेल्यांसकट घामेजलेल्यांसकट
वैतागलेल्यांसकट भुकेलेल्यांसकट भिकाऱ्यांसकट
हिजड्यांसकट चोराचपाट्यांसकट अतिरेक्यांसकट
मी ही सगळी लोकल ट्रेनच
गिळून टाकणारायं एका घासात
तरी माझी भूक थोडीच शमणार आहे

मला तर खूप भूक लागली आहे भूक प्रचंड

भुकेला थोडीच असते वेळ
सकाळची साडेसातची किंवा रात्री साडेबाराची
आणि तिला थोडीच असते दयामाया
ती करत नाही भेदभाव तू कुठल्या जातीचा की धर्माचा म्हणून
खालचा की वरचा काळा की गोरा उजवा की डावा माणूस की बाई
तिला फक्त हवंय पोटासाठी भाकरीसारखं काहीही

म्हणजे आता
हे सगळं खाल्लं माणसांसकट म्हणून काय
सहा महिने वर्ष दोन वर्षं भूक थोडीच वाट पाहत बसणाराय
अन्नासाठी कुणाची ती तर केव्हाही लागतच राहणाराय
रात्री बेरात्री पहाटे सायंकाळी कधीही

माझ्या भुकेच्या भीतीनं सगळ्या लोकल ट्रेन्स
जिथंतिथं खिळून पडल्याहेत रुळावर
नि माण्सं धूम पळत सुटलीयेत सगळ्या शहरभर

हॉटेलं पडलीयेत ओस ओस पडलेयत दवाखानेही
कोर्टकचेऱ्यांतही किडामुंगी दिसून येत नाहीये
तुरुंगाच्या तटबंदी तोडून सैरावैरा पळताहेत कैदी
घरादारात कुणीही येत नाहीये दिसून
असतीलच उरलेसुरले तर त्यांनाही
कुलूप अडकवण्याची साधी संधीही
मी मिळू देणार नाहीये

खरचं मला खूप खूप भूक लागली आहे

ह्या सगळ्या आर्ट गॅलऱ्यांतील पेटिंग्सचा घास घेईन
एका घोटात पिऊन टाकीन मी सगळ्या सुरांना
मी सगळ्या वाचनालयांतील पुस्तकांचा फडशा पाडीन
सगळ्या कवींच्या बरगड्या फोडून मी आतील गर खाईन
मी सगळ्या नटांचा अभिनय खाईन भाजून

सगळ्या कलावंतांचा सगळ्या सत्ताधाऱ्यांचा सगळ्या शास्त्रज्ञांचा
सगळ्या तत्वज्ञांचा सगळ्या गायकांचा सगळ्या न्यायाधिशांचा
सगळ्या इंजिनिअर्सचा सगळ्या डॉक्टरांचा सगळ्या तंत्रज्ञांनांचा

अगदी सगळ्या सगळ्यांचा एका पाठोपाठ एक एक करून घास घेईन
मी काहीही म्हणून इथं शिल्लक ठेवणार नाहीये

भीमबेटकातील आदिमानवानं खरडलेल्या रेषा खाईन
पिऊन टाकीन सगळे रंग अजिंठ्यातील चित्रांतले
कैलास लेण्यातील मूर्तींचं पीठ करून भाकर खाईन
खजुराहोतील शिल्पांचे मैथुन मिटक्या मारत चघळीन

गिळून टाकीन कोणार्कातील सूर्यशिल्प सांचीचं स्तूप
बुद्धाची गया हिंदूची काशी मुस्लिमांची मक्का येशूचं जेरूसलेम
मी सगळं सगळं एका घासात खाऊन टाकीन
अगदी मी पृथ्वीच्या पाठीची सालही खरडून काढीन
तरीही भागणार नाहीये माझी भूक

खरंच मला खूप खूप खूप भूक लागली आहे

माझ्या भुकेवरून संसदेत गदारोळ माजलाय
आणि सुरक्षिततेच्या कारणांवरून
घोषित केल्या गेलीय आणीबाणी
टीव्हीवरून रेडिओवरून माझ्या भुकेबाबत
सुरूयेत चोवीस तास बातमीपत्र

माझ्या भुकेविषयी माण्सं एकमेकांना पाठवताहेत
मोबाईलवरून एसएमएस
आणि सुरक्षिततेसाठी पुरवताहेत
एक दुसऱ्यांना काही सुवर्ण टिपा

देवांना नवस केल्या जातोय घातलं जातंय
गणपतीला साकडं बळी दिल्या जातायेत देवीला बोकडांचे
दुवाए मग फिरत म्हटल्या जाताय सगळ्यांसाठी

चालूहेत मंदिरात महाआरत्याही गायल्या जाताहेत प्रेअर्स चर्चमधून
आळवल्या जाताहेत धम्मपद विहारातून

कलाकारांनी तर भुकेचा अभिनयही करणं दिलंय सोडून
लेखकबिखक बसलेयेत दडून पुस्तकाच्या पानापानांतून
गायकांनी गाणं सोडून दिलंय वाऱ्यावर आणि जिभेला
लावून टाळं भिरकावून दिलीय समुद्रात चावी
संगीतकारांनी सूर दिलेयेत सोडून पाण्यात आणि पुरून
टाकलीयेत आपापली वाद्यं मातीत चित्रकारांनी मोकळी
केलीयेत चित्र आर्ट गॅलऱ्यांतून
माणसंबिणसं पाठीवर घर घेऊन जमिनीखाली शोधताहेत
भुयारं सगळ्या कवीबिवींनी तर पाय लावून गांडीला
काढलाय पळ आणि त्यांच्या कविताबिविता
उडत चालल्यायेत वाऱ्यावर दिशाहीन

मला तर खूप खूप भूक लागली आहे भूक

मी आता गिळणार आहे एका पाठोपाठ एक एक गाव
एक एक शहर मी गिळणार आहे पाठोपाठ
ह्या तुमच्या अणुभट्ट्या हे तुमचं संसद भवन
मी गिळणार आहे आता हे तुमचं जंगल ह्या तुमच्या नद्या
पठारे ही तुमची शेतं या तुमच्या बागा आणि हे तुमचे विस्तीर्ण आकाश

मी गिळून टाकणाराय हा आग ओकणारा सूर्य
मी पिऊन टाकणाराय या पृथ्वीवरचे सगळे समुद्र
मी शोषून घेणाराय या पृथ्वीवरची सगळी हवा

मी सगळी पृथ्वी खोदून तिच्या पोटातील खाणाराय माती
आणि भागवणाराय माझी आदिम भूक
मी पाडणार आहे फडशा एका पाठोपाठ सगळ्यांचाच

भुकेलेला जीव काय करू शकतो
हे खरं म्हणजे तुम्हांला
एवढे दिवस पाहिजे होतं कळायला

भुकेलेले पोट भुकेचीच वस्ती असते
तिच्यात दुसरं तिसरं नसतं काहीही आगीशिवाय भुकेच्या
जी फार काळ कोणालाही लाख कोशिश करूनही
रोखता यायची नाहीये आता

ज्यानं ज्यानं मला ठेवलंय उपाशी
ज्यानं ज्यानं माझी पळविली भाकर
ज्यानं ज्यानं माझ्या वाट्याचं पळविलं पाणी
ज्यानं ज्यानं माझ्या पायाखालची हिस्कावून घेतलीय भूमी
ज्यानं ज्यानं माझ्या डोक्यावरची हिरावून घेतलीय गर्द सावली
त्या सगळ्यांच्या नरडीचा घोट घेतल्यावरही
थोडीच शमणार आहे माझी भूक

ती तर नष्ट करू पाहतेय बेंबीच्या देठातून उमललेली
ही काळोखी सृष्टी

काय करू ?

मी उघडणार नाही ताटी या घराची

१.
मी आत शिरण्यापूर्वीच
या घरात एक कविता
माझ्याआधीच येऊन
उभी आहे केव्हापासून ताटकळत

एक कवीही माझ्याआधीच येऊन
मांडतोय आपल्या शब्दांचा खेळ सबंध घरभर
नि रचू पाहतोय आपल्या अस्तित्वाचा पसारा

मी खिडकीतून न्याहाळतोय
खिडकीबाहेरचं दृश्य

या दृश्यात मला कुठंच दिसून येत नाहीयेत
झाडं, डोंगर, नद्या
किंवा गावाकडच्या आटलेल्या विहिरी
नागमोडी वळणं घेत घेत गेलेली रानातली वाट

या घराचं दार बंद केल्यावर तर
मला काहीच आठवत नाहीये
पाण्यासाठी परतून येणाऱ्या मुक्ताईची फरफट
किंवा पाठीला कुबड आलेला गावाकडचा पाथरवट
किंवा कर्जानं बुडून गेलेला गावाकडचा काळा कुंभार
किंवा कर्जापायी आत्महत्या केलेला किसान महार

२.
हे घर बंद केलं की
या घरात एक कवी
अस्वस्थ होऊन राहतोय पडून
कविता तशीच अस्वस्थ होऊन
तळमळत राहतेय सबंध घरभर

मी माझीच परकाया
पसरतोय घराच्या फरशीवर
नि निवांतपणे वाट पाहतोय
की केव्हातरी या घरात
पाऊस येईल निनादत
केव्हातरी हवेची मंद झुळूक
वाहत येईल गावाकडच्या मातीतून
आणि सळसळेल माझ्या सुकत चाललेल्या
त्वचेच्या पानापानांतून एखादी कवितेची ओळ
या परंपरागत दुःखाच्या फेऱ्यातून
कायमची सुटका होण्यासाठी

३.
मी यायच्या आधी
कदाचित माझ्यासारखाच हुबेहूब
एक माणूस राहत असावा या घरात

वेदनेनं अस्वस्थ होऊन काटत असेल घटका
भुकेपायी कुरतडले असतील त्यानं शब्द
वाक्यांचा पुरता लगदा केला असेल
वीट येऊन भिरकावून दिलं असेल नामांना सर्वत्र
दडपणानं टाकलं असेल दडपून सर्व नामांना
ताटकळून टाकलं असेल उभयान्वयी अव्ययांना वाळीत

जाताना एकही वाक्य पूर्ण नसेल लिहिता आलं त्याला
नीट एखादा परिच्छेदही
किंवा खरडता आली नसेल स्वत:विषयी एखादी ओळही
अवतरणाशिवाय किंवा अधोरेखित केल्याशिवाय
तो जगत राहिला असेल खुंटीवर टांगून स्वत:ला
कोणत्याही ओळखीशिवाय या घरात

४.
मला शब्द न् शब्द करायचेयत गोळा
वाचवायचं आहे वाक्यांना लगदा होण्यापासून
नाम सर्वनाम विशेषणांना
कवटाळून घ्यायचं आहे कुशीत
नि उभयान्वयी अव्ययांना
लिहायचं आहे वाक्याच्या सुरुवातीला कसंही करून

मी काढतोय तळहात फोडून
माझा छाटून घेतलेला अंगठा बाहेर
नि काढतोय काळजातून ओंजळभर रक्त
उभयान्वयी अव्ययांना परिच्छेदांच्यावर
शीर्षक देण्यासाठी

५.
आणि व नि परंतु किंवा शिवाय अथवा
या सारख्या तत्सम उभयान्वयी अव्ययानं
कोणतं वाक्य मला पूर्ण करता येईल
आजच्या वर्तमानात?

किंवा या अव्ययांना
देता येईल ओळख स्वतंत्रपणे
एखाद्या विधानात्मक वाक्यात
किंवा विचारता येईल प्रश्न
इथल्या तमाम सारस्वत शब्दांना

की मीही या आधीच्याच कवींसारखाच
कवितेच्या अपूर्ण ओळी पूर्ण करण्यासाठी
या सगळ्यांचा बेमालूमपणे वापर करेन याही वेळेस

६.
तुम्हाला काय वाटतं
हे घर म्हणजे स्वर्ग आहे

किंवा हे घर म्हणजे
तुम्ही समजत असलेला नरकही नाहीये
स्वर्ग आणि नरकादरम्यानची
एक जागा आहे अडगळीची मात्र

म्हणजे मला काय किंवा कुणालाही
याच घरात भोगायच्या आहेत वेदना
नि शोधायची आहे वाट
परंपरागत दुःखातून बाहेर पडण्यासाठी

या घराचं दार कुणीच उघडणार नाहीये
की लावणार नाहीये बाहेरून दाराला कडी
किंवा कुणी आत किंवा बाहेर पडण्याविषयी
सांगणार नाहीये काहीही

हे घर म्हणजे तात्पुरत्या काही काळासाठी
लीव्ह अँन्ड लायसन्सवर दिलेली
तात्पुरती सोय आहे केलेली

नि याच घरातून आपल्याला
बाहेर पडून गाठायचा आहे काठ पलीकडचा
जो तुम्हालाच काय किंवा मला सुद्धा
किंवा कोणत्याही कवीला
माहिती नाहीये अजूनही पुरेपूर

७.
समजा शब्द नसते तर
तुम्ही किंवा मी असतो
भूक असती
शब्द नसते तर लागली असती तहान
किंवा उठली असती का
एखाद्या कवीच्या काळजात दु:खाची कळ?

समजा हे घर नसतं तर
असता का एकांत
असता का एकटेपणा?

फुटली असती का उकळी
जसं पाणी तापल्यावर पाण्याला येते
उसळी दु:खाची?

तुम्हाला काय वाटतंय
हे घर म्हणजे
दु:खावर उपाय शोधण्याची जागा आहे

खरं तर हे घर म्हणजे
ताटकळत राहणं आहे केवळ
नि तावदानातून खिडकीच्या
न्याहाळणं आहे पलीकडच्या जगाला

तुम्हाला काय वाटतं सोपं आहे
या घरात हवं तेव्हा हवं तसं
शब्दांना गोळा करून
वाक्यांना जुळवत बसणं
नि आपणच आपल्यासाठी
या घरातून बाहेर पडण्यासाठी मार्ग शोधणं

या घरातून कुणालाही
पडता येणार नाहीये करार संपण्यापूर्वी बाहेर
किंवा मालकानं निघून जा
असं निक्षून सांगितल्यावरही
हे घर म्हणजे आटलेली विहीर आहे काळोखातली

नि आपण वाट पाहत
उभे आहोत सगळेच झऱ्याजवळ
कितीही तहानेनं व्याकुळ झालो तरीही

८.
अभेद्य असणाऱ्या या भिंतीच्या पापुद्र्यात
सुरक्षित आहोत आपण
असं वाटत राहतं निरंतर आपल्याला

खिडकी बंद करून टाकली की
दुःखही ताटकळत राहतंय अवकाशात
कसलेच आवाज पोहचू शकत नाहीये आपल्यापर्यंत

कसलाच कुबट वास पोहचत नाहीये आपल्यापर्यंत
कोणतीच वाट पोहचत नाही चिखलातून आपल्यापर्यंत

कुठलंच दृश्य येत नाहीये उमलून
या घराच्या आसमंतात
कसल्याच जखमा होत नाहीयेत आपल्या काळजाला
कसलेच प्रश्न कोणीही विचारत नाहीये आपल्याला कधीही
ह्या भिंती नसत्या या खोलीला
तर महापूर पोहचला असता दुःखाचा
आपल्या पायांजवळ
नि आपण केव्हाच गेलो असतो
वाहून या महापुरातून?

९.

या घरात आपण असंबद्ध बडबड करू शकतो बिनदिक्कतपणे
फालतू काहीबाही खरडू शकतो भिंतीवर सेन्सॉरशिवाय कशाबद्दलही
फालतू चित्रविचित्र फॅन्टसीनं गुरफटलेले काढू शकतो एखादे नग्नचित्र
चितारू शकतो आपण आपल्याच तळपायांवर रांगोळी रंगहीन
किंवा फालतूपणाविषयी रचू शकतो आपण कंटाळ्यावर एखादं महाकाव्य

एकदा का या घराच्या खिडक्या उघडल्या
किंवा किलकिले केले थोडे दार जरी
की या निरर्थक गोष्टी गिळून टाकतील
आपल्यासकट आपल्या असंबद्ध कंटाळ्याला

१०.

फार पूर्वी याच घरात राहत असेल का ईव्ह
नि तिने चाखले असेल काय सफरचंद?

किंवा ईश्वर जरी असता येथे काही काळ वास्तव्याला
तरी त्यानं दिलाच असता शाप आपल्याला भटकण्याचा
या घरातच?

किंवा या घरात साप असता
तरी त्यानं दाखविला असताच आपल्याला
संकटात बाहेर पडण्यासाठी मार्ग
नि पुन्हा तसाच दिला असता का शाप
सापाला त्या हलकट ईश्वरानं
ज्ञानप्राप्ती करून दिली म्हणून?

बरं झालं आपण ईव्ह नाहीये की ॲडमही
बरं झालं आपण काळसर्पही नाहीये पुराणातला
किंवा बरं झालं या घरात सफरचंदही नाहीये
ईव्हच्या प्रतिक्षेत खोळंबलेलं

नाहीतर आपण पुन्हा एकदा
चाखलीच असती चव या फळाची
नि सुटलो असतो या चार भिंतींतून कायमचे

म्हणजे गुरुत्वाकर्षणानं नसतं खेचलं आपल्याला या घरात

११.
बाहेर कसले कसले येताहेत आवाज
कसले कसले येताहेत वास बाहेर
बाहेर कसली धावाधाव नि कशासाठी पळताहेत लोक
बाहेर कसल्या रांगा लागून राहिल्या आहेत जागोजागी
बाहेर कशासाठी चालली आहे धडपड तमाम चराचराची
बाहेर कशानं दमछाक होऊन जो तो घेतोय पुलाजवळ श्वास
बाहेर कोण कुणाच्या पुढं कोण कुणाच्या मागं ताटकळत

कोण कुणाची पाहतो आहे वाट बाहेर
बाहेर कसल्या भुकेनं कसल्या तहानेनं झाले आहेत सगळे व्याकुळ
बाहेर कोण कुणाला टाकतो आहे ओरबाडून
कोण कुणाच्या ताटातले नेतायेत बाहेर पळवून
बाहेर कोण कुणाच्या हाताखालचे उंदीर बनून पीत आहे रक्त

या घरात कसलाच आवाज येत नाहीये
की पळापळ नाहीये कशासाठीही
की कुणाची वाट पाहणंही नाहीये
केवळ आपणच आपल्यापासून पळतो आहोत
खुंटीवर सदरा टांगून

१२.
ह्या भिंती नसत्या
नसते खिळे भिंतीवर
तर नसते टांगता आले ताण सदऱ्यासारखे
आपल्याला खिळ्यांवर

नसता आधार पाठीला पाठ ताटकळल्यावर
नसता अंधार एकट्यासाठी
नसता पाठलाग शब्दांचा कवितेसाठी
नसती उठाठेव पलीकडच्या जगाविषयी

ह्या भिंती नसत्या तर
नसत्या राहिल्या भिंती आपल्या मनात उभ्या
नसता आडपडदा तुमच्या मनात माझ्याविषयी

१३.
माझ्यापासून सगळंच तुटून पडलंय पलीकडे
कोवळ्या फांद्यापानांसह खुडून आणले आहे मला मुळांपासून

मी सळसळत राहतोय या खोलीत वेदनेनं चिरंतन
कधीतरी माझ्या अतृप्त स्वप्नाचं फुलपाखरू
विणेल खोपा जरतारी तुमच्या झाडावर

कधीतरी या खोप्यात एखादी मादी
घालेलच जन्माला इच्छेचं फुलपाखरू
नि कधीतरी खिडकीतून उडून जाईल
पलीकडच्या जगातील माझ्या मुळांकडं

कधीतरी पाऊस पडेलच पडेल
कधीतरी फुटेल सर्वांगावर कोवळी पालवी नवी
कधीतरी माझ्या वासनेचं जनावर
माझ्या केसांना धरून घेईल अवकाशात उडी
नि उडून जाईल पार सातासमुद्रापलीकडं

कधीतरी माझं कलेवर
गळून पडेल जमिनीवर या खोलीत
केव्हातरी एखाद्या ऋतूत माझं बीज रुजून
उगवून वर येईल पुन्हा याच खोलीत

त्यावेळी भिंती असतील या खोलीला
की आणखी असेल भक्कम तटबंदी
उभी केलेली चोहोकडून?

१४.
मी या घरात
नुस्ता पाऊस असा शब्द लिहिला तरी
बाहेर धो धो पाऊस कोसळतो
नि पार वाहून जातात वस्त्याच्या वस्त्या

मी नुसती फुंकर मारली या घरात तरी
बाहेर सोसाट्याचा वारा घोंघावू लागतो
नि उडून जातं समुद्रातील अख्खं पाणी
मी नुस्ती भुकेनं जांभई जरी दिली तरी
पळू लागतात सगळ्या इमारती
नि गिळत जातात एका पाठोपाठ डोंगरांना

मी नुस्तंच या कुशीवर त्या कुशीवरून वळलो तरी
दिवसाची रात्र होते पृथ्वीवर
आणि गिळून टाकतो काळोख उजेडाला

मी नुस्ताच पाय उचलला ठेवायला
तरी सभोवती सगळं चराचर कापतं थरथर
नि माझ्या पायासमीप येऊन
नतमस्तक होऊन राहतं उभं

मी निव्वळ डोळा उघडायचा अवकाश
बाहेरचंच काय या खोलीतलं सगळंच
भस्मसात होईल एका क्षणात
मग कसले तुमचे शब्द
नि कसल्या तुमच्या कविता
राहतील शाबूत या खोलीत
कोरड्या अश्रूनं लिहिलेल्या?

१५.
काळोख होईल मान्य
कवी मरून जाईल मान्य
मी मरून जाईन मान्य
हे घर कालौघात गडप होईल मान्य

तरीही दु:ख असेलच
कुठंतरी तळमळत काळोखात
शब्द असतीलच चाचपडत दु:खासाठी
एखादं उभयान्वयी अव्यय
येईलच केव्हातरी जन्माला
ते लिहीलच कविता
काळोखातही दु:खाविषयी

१६.
या घरात मी स्वत:हून आलेलो नाहीये
तुम्हीच मला टाकलं आहे वाळीत

तुम्ही मला केव्हाच घेतलं नाही उतरंडीत तुमच्या
की शुद्धिपत्रही दिलं नाहीये भटानं कुण्याही

मी रेड्याच्या तोंडातून वेद वदवले
मी चालवून दाखवली निर्जीव भिंत
तरीही तुमचे द्रवले नाही काळीज

मी आतल्या आत पैसाला पाठ घासून घासून
पार चोथा केलाय तुमच्या वेदांचा
नि बाटविलं आहे तुमच्या तळ्याचं अमृतानुभव पाणी
मी माझ्या या अस्पृश्य हातांनी
तरीही तुमच्या मनातील अमंगल भेदाचा
गळून पडला नाहीये पोपडा तिळमात्रही

आणि आता काय म्हणून तुम्हाला मी सांगू
या कोऱ्या पत्रातील मजकुरांचा अर्थ
किंवा उलगडून दाखवू एक एक सूक्त दु:खाचं

मी स्वत:च आता या घराला
लावून घेतली आहे ताटी
लाख अभंग लिहिले मुक्ताईनं
किंवा लाख विनवले तिनं
तरीही मी उघडणार नाहीये ताटी या घराची

मागील काही युगांपासून

मागील काही युगांपासून
मी पाहत आलोय
की सूर्य उगवतो नि मावळतोही आपसूक
तो लालभडक असतो
असं सांगितल्या गेलंय वारंवार मला
आणि उजेडही देतो सगळ्यांना
कोणताही भेदभाव न पाळता

तो आगीसारखा तुमच्या भाकरीत प्रवेश करतो
तो तुमच्या घरी दररोज उजेडाचा रतीब टाकतो
असंही सांगितल्या गेलंय वारंवार मला
पण त्यानं तर माझ्या भाकरीत
कधीच मीठ बनून कधीच प्रवेश केलेला नाहीये
की शिरला नाही भुकेनं व्याकुळ झाल्यावर
माझ्या आतड्याच्या आत

हल्ली तर तो सीलबंद पॅकमध्येही
मिळू लागलाय रिलायन्सच्या मॉलमध्ये
पण त्यानं तर माझ्या दाराची कधीच वाजवली नाही कडी
की दिलं नाही साधं दर्शनही सणासुदीला

एवढं मात्र खरंय की तो रात्री बेरात्रीही
माझ्या पाठीला सारखा भाजत राहतो चटक्यासारखा

मला भूक लागली की

मला भूक लागली की
मी सहज झोपी जातो
नि स्वप्नातच खातो भाकर

मला तहान लागली की
मी लगेचच झोपी जातो
आणि स्वप्नातच भागवतो तहान

मी कष्टानं थकून गेलो की
मी लगेचच झोपी जातो
आणि स्वप्नातच करतो आराम

मला मुलांनी विचारलं की सुख
ही काय गोष्ट असते
तर मी लगेचच त्यांना
सहज झोपी जाण्यास सांगतो
आणि स्वत:च सुख बनून
त्यांच्या स्वप्नात प्रवेश करतो

अगदी लहानपणी चित्रात काढलेला सूर्य

अगदी लहानपणी चित्रात काढलेला सूर्य
अजूनही जसाच्या तसाच
टेकडीआड मावळत राहतो

नदी अगदी तशीच भरभरून वाहत राहते
नारळाची झाडंही अगदी तशीच लदबदलेली असतात
झोपडीही तशीच तणसानं शाकारलेली असते
आकाशात पक्षी अजूनही तसेच परतत राहतात घरट्यांकडं

कुणाचाच रंग उडालेला नाहीये की
बदललेला नाहीये इतकी शतकं उलटून आकारही

पण चित्राबाहेर आतलं काहीच दिसून येत नाहीये
ना सूर्य दृष्टीस पडतो ना टेकडी
ना नदी वाहत राहते ना नारळांची झाडं
हलत राहतात वाऱ्यासोबत

केवळ आकाशात पक्ष्यांऐवजी मुलं तेवढी भिरंगत राहतात
आणि त्यांच्या डोळ्यांतून काळसर रंग टपटप गळत राहतो जमिनीवर

निव्वळ हात चोळत बसण्यात काहीच अर्थ नाहीये

निव्वळ हात चोळत बसण्यात काहीच अर्थ नाहीये
मला शिरावंच लागेल कसंही करून भाषेच्या उदरात

मला माहिती आहे माझ्यासाठी कुणीच
फोडणार नाहीयेत शब्द
की सांगणार नाहीयेत त्याच्या उदरात दडलेला अर्थ

मला स्वत:च मातीत शिरून
रुजायचं आहे कसंही करून नव्यानं
म्हणून मी शिरतोय शब्दांच्या आत

तर जात्यावर दळण दळताना
निव्वळ घरघर ऐकू येत राहतेय
लहानपणी आईने गायलेल्या गाण्यांची

रात्र संपली की उजेड येतो असं म्हणतात

रात्र संपली की उजेड येतो असं म्हणतात
पाणी म्हटलं की लगेचच पाऊस पडतो म्हणतात
झाड म्हटलं की सावली अंगाखांद्यावर पडते असंही म्हणतात
किंवा निव्वळ नदी हा शब्द जरी उच्चारला
तरी पायाजवळ नदी वाहत येते असंही म्हणतात

मी रात्र संपली असं म्हटलं पण उजेड आला नाही
मी पुन्हा पुन्हा झाड असंही म्हटलं
पण परसातदेखील सावली पडली नाही कधीही
एवढंच काय नदीही वाहत आली नाही
हजारवेळा पावसाचा घोष करूनही
नि पाण्याचा टिपूस देखील पडला नाही शिवारात
शेवटी कागदावरच काढला उजेड
नदी काढली काठोकाठ तुडुंब भरून वाहताना
तरीदेखील इतक्या वर्षांनंतरही
काळोखच पसरून आहे कागदावर
नि झाडंदेखील सुकून चालली आहेत कागदावरची

आता तर मी नदी असं म्हटलं नाही तरी देखील
कोरडी नदी खळखळ करीत
बाहेर आली आहे वाहत कागदातून
नि उभी आहे ओठांजवळ आत गडप होण्यासाठी

कदाचित माझा संबंधही उरलेला नसेल या भाषेशी

१.
महर्षी व्यासांना लिहायचं होतं
अख्खं महाभारत या भारतवर्षासाठी
त्यावेळी त्यांच्या मदतीला
धावून आला होता पार्वतीपुत्र
नि महर्षींनीही अखंडपणे त्याला
थोडाशीही उसंत न देता
ऐकवली होती संपूर्ण बृहद्कथा आर्यपुत्रांची

आणि पार्वतीपुत्रही काही कमी नव्हता
त्यानंही मग न थकता न झोपता
नि एकही शब्द न विसरता
लिहून घेतलं संपूर्ण महाभारत भूर्जपत्रावर

किती श्लोक होते त्यामध्ये
नि किती पर्वं होती त्याच्यात?
आता जर ते दोघेही असते हयात
तर कुणालाही काहीही नसतं आठवलं

एवढं मात्र खरंय की
त्या दोघांनीही माझ्याबद्दल अवाक्षरही लिहिलेलं नाहीये
तुमच्या या बृहद् महाकाव्यात
कदाचित महर्षींना अटच घातली असेल
त्यावेळी सृष्टिकर्त्या ब्रह्मानं

२.
एवढी सारी उपकथानकं आहेत त्यामध्ये
मुख्य पात्रांच्या गोष्टीशिवाय
पण एका श्लोकातही चुकून दोघांनी
साधा उल्लेखही केलेला नाहीये माझा
किंवा माझ्या कुळाचाही चुकूनही

एवढं मात्र खरंय की त्यावेळी दोघांनाही
माझ्या घरचं बीफ असायचं खायला
अन् पिण्यासाठी सोमरस घडेच्या घडे भरभरून

३.
महर्षींनी सांगितली गोष्ट गजाननाला
पुढे तीच गोष्ट पुन्हा वैशंपायनानं
ऐकवली नैमिषारण्यात जनमेजयाला
आणि नंतर तीच गोष्ट पुन्हा शौनकानं
ऐकवली पुढच्या पिढीला

नंतर ती किती तरी महानुभावांकडून
ऐकवली जात आहे आजतागायत
पण कुणीच माझं उपकथानक सांगितलं नाहीये
की घुसडलं नाही शेवटचं पर्व त्यामध्ये
माझ्या दुःखाविषयी बोलणारं

४.
कदाचित शिरस्ताच असेल परंपरागत
माझ्याविषयी किंवा माझ्या कुळाविषयी
न सांगण्याचा किंवा बोलण्याचा त्यावेळी
मी कोण होतो नि कोण होते माझे पूर्वज?
कुठल्या वंशाचे कोणत्या पंथाचे?

कूळ काय होतं? गोत्र कुठलं होतं?
नि वर्ण कोणता होता माझा?

मी शाकाहारी होतो की मांसाहारी?
द्विपाद होतो की चतुष्पाद?
शेपूट गळून पडलं होतं की नाही तोवर
याविषयी कुणीही काहीही सांगितलेलं नाहीये अजूनही

मी शेती कसायचो की
निव्वळ कंदमुळं खाऊन भूक भागवायचो
याविषयी तर काहीच लिहायला सांगितलेलं नाहीये महर्षींनी
आणि पार्वतीपुत्र तर आज्ञाधारक स्टेनोसारखा
महर्षी जसं सांगत गेले ते जसंच्या तसं टिपून घेणारा
एक न् एक अक्षर ओळ न् ओळ अटीबरहुकूम

पण चुकूनही त्यानं माझ्या कुळाबद्दल
साधा 'ळ' सुद्धा लिहिलेला नाहीये एकाही पर्वात

५.
पहिल्यांदा त्यानं माशाचं रूप घेऊन
गिळून टाकलं मला
दुसऱ्यांदा त्यानं कच्छच्या रूपात येऊन
हरवून टाकलं मला
तिसऱ्यांदा त्यानं वराहाच्या रूपात येऊन
पार खोल दरीत ढकलून दिलं मला कायमचं

चौथ्यांदा तर थेट नृसिंहाच्या रूपात अवतरून
फाडून टाकली त्यानं छाती माझी

नि पाचव्यांदा वामनाच्या रूपात येऊन
सरळ पायच ठेवला मस्तकावर अनैतिक
अन् घातलं सरळ पाताळात मला

सहाव्यांदा तर त्यानं परशू हातात घेऊन
चक्क एकवीस वेळेस
नि:शस्त्र करून टाकलं मला माझ्याच भूमीवर
सातव्यांदा तर त्यानं सरळ मर्यादा पुरुषोत्तमाच्या
रूपात येऊन धडावेगळी केलीत दशाननं माझी
जी आजतागायत तडफडताहेत वेदनेनं

आठव्यांदा तर त्यानं महाभयंकर प्रपातच केला
आपल्या सावळ्या मुखातून विराट विश्वदर्शन दाखवत
पार गर्भगळीत करून टाकलं गड्यानं

नि आजही तो रूपामागून रूपं घेऊन
जळी स्थळी काष्ठी
कपट कारस्थान करीत
नेस्तनाबूद करतोच आहे मला

६.
शिवाची कैलास पर्वतावर रवानगी करून
एकट्या ब्रह्मानंच आरंभ केला होता सृष्टी निर्मितीचा
तशी त्याला त्यावेळी घाईच झाली असावी
नावावर विक्रम नोंदविण्याची

मला तो मादी करायचा नि स्वत: नर व्हायचा
किंवा गाय करायचा नि तो स्वत: बैल व्हायचा
किंवा मला घोडी करून तो घोडा व्हायचा

कधी तो जाळ करायचा नि स्वत: पाणी होऊन
विझवून टाकायचा आग माझ्यातली
नाहीतर मला सावली करायचा नि तो ऊन पाडून
पार भाजवून टाकायचा जमीन माझी

मी उजेड झालो की तो काळोख व्हायचा
मी काहीही झालो तरी तो
त्याच्या अगदी उलट होऊन कुरघोडी करायचा
पार नेस्तनाबूद करून टाकायचा मला हरवेळी

आताही त्यानं मला माणूस केलं खरं
पण त्याची अजूनही हौस फिटलेली नाहीये
नि निरनिराळ्या रूपात येऊन
स्वार होतोयच माझ्यावर पुन्हा पुन्हा

७.
कुणी कुणाला गोष्ट सांगावी
नि कुणी घ्यावी उतरून
याबद्दल काहीच नियम
ठेवलेले नाहीयेत लिहून

आजही ती सांगितल्या जातेय
नि लिहूनही घेतली जाते बरहुकूम
त्यासाठी काही एम फिल पीएचडी
किंवा बार अ‍ॅट लॉ फॉरेन रिर्टन असण्याची गरजच नाहीये
म्हणजे यज्ञोपवित घातलं नाही तरीही चालतं गोष्ट सांगताना

मीही हाडामासाचाच माणूस आहे
दोन पाय दोन हात दोन डोळे दोन कान
एक जीभ एक नाक

एवढंच काय मलाही तुमच्यासारखंच
एकच इंद्रिय आहे प्रजननासाठी

मलाही तुमच्यासारखीच तहानभूक लागते
झोप येते थकवाही येतो
तुमच्यासारखाच मीही न थकता
चार मैल चालू शकतो
डोंगरदऱ्या पालथ्या घालू शकतो सहजच

मी झाडाला झाडच म्हणतो
ज्या भाषेत तुम्ही संवाद साधताय
त्याच भाषेत मीही बोलू शकतो निसर्गाशी
असं असूनही चकार शब्ददेखील
उच्चारला गेलेला नाहीये माझ्याबद्दल अजूनही

८.
तसं पाहिलं तर पूर्वीसारखं
सावली उचलून चालावं लागत नाही रस्त्यावरून
नि स्पर्श झाला तरी ओरबाडून टाकली जात नाही त्वचा अंगावरून

कधी कधी एकाच ताटात मोडता येते चतकोर भाकर
कधी एकत्र बसून करता येते काम विनातक्रार
किंवा थोडाफार देता येतो हुकूम हाताखाली काम करणाऱ्यांना

आता तर वर्गातल्या पहिल्या रांगेत बसून
कुळकर्णी मास्तरांकडून शिकविल्या जाते देवभाषा मला
नि थोडी फार हवा पाणी ऊन उजेड
येऊ दिल्या जातोय माझ्या वाट्याला

पण मान वर करून बोललो एखादं साधं वाक्य
किंवा खांद्याला खांदा भिडवून चालायचा जरी केला सराव
तर क्षणातच लटकवली जाते गळ्यात सावली पायाखालची पूर्वीसारखीच

मग एखादा शब्द किंवा एखादी ऋचा
माझ्यावर रचायची गोष्ट तर सोडाच
थोडासा उजेड मागितला तरी
भस्मसात केलं जातंय माझं अख्खं खांडववन पुन्हा पुन्हा

९.
त्याचं येणं अजूनही थांबलेलं नाहीये
तो अजूनही येत आहेच निरनिराळ्या रूपांत
भविष्यातही तो येणारच आहे
तो आला की पुन्हा कपटानं करेलच मला नामोहरम
आताही तो आला आहे
पण त्याचं येणं अजिबात जाणवत नाहीये कुणालाही
त्यानं केव्हाच गिळंकृत केलीयेत जंगलं
पिऊन टाकल्या आहेत नद्या
चघळून टाकले आहेत पर्वत टेकड्या
हेही कळलेलं नाहीये कुणाला अजूनही

आणि आता तर तो
घरदार शेत शिवार नद्या समुद्र सगळं सगळं
चालला आहे गिळंकृत करत
एवढंच नाही तर तो व्हायरस होऊन
कुरतडून टाकत आहे आमचं जगणं

पण त्याचं येणं अजूनही जाणवत नाहीये कुणालाही
की जाणवलेला नाहीये स्पर्श त्याचा
स्वप्नात देखील त्याचं येणं इमॅजिन करत नाहीये कुणीही

तो तर येत आहेच नि येतच राहणार आहे
पण त्याचं येणं कुणालाही
अगदी उघड्या डोळ्यांनी दिसत नाहीये

१०.
मी कुठेही लपून बसलो
अगदी इंद्राच्या सिंहासनामागे
तरी तो माझा करणारच आहे निर्वंश

मी मुंबईत लपलो काय की कोलकात्यात
दिल्लीत किंवा हैद्राबादेत
किंवा ॲमस्टर्डममध्ये
किंवा अगदी सहाराच्या वाळवंटातही
तरी तो झडप घालेलंच माझ्यावर

फार काय मी वत्सगुल्मात
किंवा नाशकात जरी बसलो लपून
नाहीतर पंढरपूर किंवा आळंदीतही
किंवा भंडारदऱ्याच्या डोंगरात जरी
तरी त्याचे दूत काढतीलच हुडकून मला

एवढंच काय मी अगदी एखाद्या खेड्यात
किंवा भीमबेटकाच्या दगडी गुहेत
अंतराळात किंवा पाण्याखाली खोल डोहात
नाहीतर पाताळात जरी बसलो लपून
तरी तो नि:पात करण्यास टपून आहे तत्पर
मला माहिती आहे की तो अगदी अळी होऊन देखील
येईल एखाद्या सफरचंदातून माझ्यापर्यंत

त्यावेळी ना रात्र असेल ना दिवस
किंवा मी घरात असू दे की बाहेर
अगदी हुबेहूब नृसिंहरूपात मांडीवर घेऊन
फ्लॅशबॅकसारखा पुन्हा
फाडेलच छाती माझी कपटानं

११.
म्हटलं तर किती साधे साधे शब्द असतात बघा
ऊन उजेड वारा पाऊस नदी पहाड डोंगरदऱ्या
प्रेम द्वेष राग लोभ हेवा मत्सर
झाडं जंगल समुद्र आकाश चंद्र तारे सूर्य आणि सुख

पण हे केवळ जादुई शब्द आहेत माझ्यासाठी
मी फार तर त्यांचा उच्चार करू शकतो मनातल्या मनात
पण यांपैकी कुणालाही ये म्हटलं संकटात
तर कुणीही मदतीसाठी हात पुढं करत नाहीये

आणि त्यावेळी शब्द कसे दाटीवाटीनं
उभे होते एका पाठोपाठ
नतमस्तक होऊन त्या लंबोदराच्या पुढ्यात
अख्खंच्या अख्ख महाभारत लिहून घेण्यासाठी

किती युगं गेलीयेत संपून
कितीक कल्प मनूचे किती दिवस गेलेयेत होऊन
पण अजूनही सुख हा शब्द
लिहिता आलेला नाहीये मला

म्हटलं तर किती साधे असतात नाही शब्द
जसं की दुःख
ते तर माझ्या जन्माच्याही आधीपासून
लादलं गेलंय माझ्या पाठीवर माझ्याही नकळत

१२.
भाषा नव्हती तेव्हाही मी होतोच
भाषा आहे तेव्हाही मी आहेच

दरम्यानच्या काळात भाषा घडविण्यात आली
ज्याच्या हातात भाषेचा नांगर होता
त्यांनी सगळ्यांनाच टाकलंय नांगरून
ज्या वस्तू डोळ्यांना दिसायच्या नाहीतं
त्यांना नावं दिलीत त्यांनी

इतकंच काय ज्यांची कल्पना करता येत नाही
अशा जगातील कित्येक वस्तूंनादेखील
त्यांनी नावं ठेवलीत

आनंद, दुःख, प्रेम, भेद, भाव यांसारख्या
स्पर्श न करता येणाऱ्या भावभावनांनाही
नावं ठेऊन त्यांनी या सृष्टीतल्या सगळ्या चराचरांवर
स्वामित्व गाजवायला सुरुवात केलीय तेव्हापासूनच

दरम्यान मी माझ्या दुःखाविषयी सांगायचं ठरवलं तर
त्यांनी भाषेवरच निर्बंध लादायला सुरुवात केलीये

आता तर भाषेशिवाय पानदेखील हलत नाही माणसाचं
किंवा जाता येत नाही वाहून पलीकडच्या जगात

दरम्यान भाषा आहे दरम्यान मीही आहे
दरम्यान कितीतरी अव्यक्त पसारा जमा झालाय माझ्या आतमध्ये

दरम्यान केव्हातरी माझ्या आत दडलेल्या दु:खाला पालवी फुटेल
दरम्यान केव्हातरी माझ्या शब्दांचे फुलपाखरू फडफड करून उडेल आकाशात
दरम्यान केव्हातरी शब्द येतीलच जिभेवर धावून
अशी आस लावून बसलो दार सताड उघडं ठेवून

दरम्यान हे घशात गिळून ठेवलेलं कवितेचं जग
केव्हातरी ओठातून गळून जाईल सबंध चराचरात

तेव्हा एखाद्या महर्षीनं कितीही ठरवलं मनापासून
माझ्याविषयी किंवा माझ्या कुळाविषयी लिहायचं
तेव्हा कदाचित माझा संबंधही उरलेला नसेल या भाषेशी.

दिसामाजी किती बोलल्या जातंय

१.
दिसामासी किती बोलल्या जातंय
किती लिहिल्या जातंय काहीबाही
किती छापल्या जातंय क्षणाक्षणाला
एवढे सारे स्वर आहेत नि एवढी सगळी व्यंजने
आणि वरून दिम्तीला अख्खी बाराखडी
पण माझ्याबद्दल कुणीच काहीही बोलत नाहीये

पण साधं 'ळ' अक्षरसुद्धा
लावलं जात नाहीये ओळखीसाठी छातीवर माझ्या
केवळ भाषेचा अणकुचीदार खिळा
ठोकला जातोय कपाळात माझ्या
ज्याची मुळं पार खोल पसरून गेलीयेत
काळजाच्या कपारीत
इतके दिवस झालेयेत अजूनही भटकतोय दरदर
पण हा भाषेचा अणकुचीदार खिळा
निघता निघत नाहीये कपाळातून

२.
केवळ 'ळ' हे व्यंजन
टाकलंय अंगणात माझ्या
त्याने कोणत्याच वाक्याचा
किंवा गोष्टीचा करता येत नाहीये प्रारंभ मला

मी कितीही अदलाबदल केली वर्णांची
किंवा अगदी उलटी लिहिली सगळी बाराखडी तरीही

ळ ळा ळि ळी ळु ळू ळे ळै ळो ळौ ळं ळ:
असा विचित्र आवाज येत राहतोय आतल्याआत

ज्याने कुणाचीही झोप मोडत नाही
की खचून जात नाहीये परंपरागत पाया या वर्णमालेचा

३.
'ळ' या व्यंजनापासून
राईचा पर्वत उभारता येऊ शकतो तुम्हाला
तोरणं बांधता येतात शब्दांची

किंवा या परंपरागत बाराखडीच्या पायथ्याशी
त्याला गाडून उभारता येते शब्दांची दगडी इमारत
पण 'ळ' पासून अजून एकही शब्द

तयार करता आलेला नाहीये भाषेला
किंवा करता आलेला नाहीये उच्चार
अजूनही 'ळ' पासून कुळाचा

४.
ऊठ नि उघड ती खिडकी
आणि आण जंगलातून एखादं झाड

ऊठ आणि खिडकीतून हात बाहेर काढून
घे थोडासा सूर्याचा उजेड

ऊठ आणि खिडकीतून ओंजळीनं
घे नदीतून वाहणारं निर्मळ ओंजळभर पाणी

ऊठ आणि खिडकीतून फेक बाहेर
आता साचलेला घनदाट काळोख

ऊठ आणि खिडकीतून हात बाहेर काढून घे खुडून
आकाशातून निळ्याभोर चांदण्या पसाभर उशाखाली

ऊठ आणि खिडकीतून हात काढून
घे समुद्रातून गर्द निळी शाई
नि लिहून टाक स्वत:च स्वत:ची बीजकथा

इथं कुणी महर्षी किंवा कुणी पार्वतीपुत्र
येणार नाहीये धावून
तुझ्याबद्दल साधं 'ळ' अक्षरही गिरवायला

५.
'ळ' पासून कोणता शब्द लिहिता येईल भाषेत
की 'ळ' ने उच्चारू शकतो दु:ख हा शब्द कमळासारखा
वर्णमालेत असं दडपून टाकलं त्याला
की त्याचा टाहो ऐकू येत नाहीये बाहेर कुणालाही

वर्णमालेच्या या अभेद्य चौकटीत अडकून
त्याची हाडं खिळखिळी झालीयेत पार
आणि त्यातून बाहेर पडण्यासाठी
थोडीशी फटसुद्धा दिसून येत नाहीये कुठंच